THIÊN ĐÀNG

I

"[Thành Thánh, Giêrusalem] Rực rỡ vinh hiển của Đức Chúa Trời. Sự chói sáng của thành ấy giống như của một viên bửu thạch, như bích ngọc sáng suốt."
(Khải Huyền 21:11)

THIÊN ĐÀNG
I

Trong Sáng và Xinh Đẹp Như Pha Lê

Tiến Sĩ Jaerock Lee

URIM BOOKS

LỜI NÓI ĐẦU

Đức Chúa Trời của tình yêu không những đưa dẫn mọi kẻ tin đến với con đường cứu rỗi mà còn khải tỏ cho họ về những lẽ mầu nhiệm của thiên đàng.

Ít nhất cũng một lần trong đời, người ta có thể đặt những câu hỏi như, "Sau cuộc sống trên thế gian nầy tôi sẽ đi về đâu?" hay "Quả thật có thiên đàng và địa ngục không?"

Trước khi tìm ra lời giải đáp cho những câu hỏi như vậy, nhiều người đã phải qua đời, mặc dù tin rằng có cuộc sống đời sau, nhưng không phải ai cũng vào được thiên đàng vì cớ sự thiếu hiểu biết về nơi nầy. Thiên đàng và địa ngục không phải là sự tưởng tượng, nhưng đây là điều có thật trong thế giới thuộc linh.

Một mặt, thiên đàng là nơi xinh đẹp đến nỗi không có bất kỳ một thứ gì trên thế gian nầy có thể ví sánh được. Đặc biệt là vẻ đẹp và sự hạnh phúc ở Giêrusalem Mới, là nơi có Ngai của Đức Chúa Trời ngự tọa, không thể tả hết được vì nó được làm từ những nguyên liệu tốt nhất với sự tinh xảo của thiên đàng.

Mặt khác, địa ngục là nơi chứa những sự bất tận, đau đớn thảm khốc, và hình phạt đời đời, sự thật kinh khủng của nó được mô tả cụ thể trong cuốn *Địa Ngục*. Thiên đàng và địa ngục được bày tỏ qua Chúa Jêsus và các Sứ Đồ, ngay cả ngày hôm nay, những sự đó cũng được bày tỏ tường tận qua những thánh đồ, là những người có đức tin chân thật ở nơi Ngài.

Thiên đàng là nơi vui hưởng sự sống đời đời của con cái Đức Chúa Trời, là nơi xinh đẹp ngoài sức tưởng tượng, cùng nhiều sự tuyệt vời được sắm sẵn cho họ. Vì vậy chỉ khi nào Đức Chúa Trời cho phép, và được khải tỏ, thì chúng ta sẽ có sự hiểu biết tường tận.

Tôi đã liên tục kiêng ăn và cầu nguyện trong bảy năm để nhận được thiên khải về thiên đàng. Đức Chúa Trời đã nhậm lời cầu nguyện đó. Ngài khải tỏ cho tôi nhiều sự sâu nhiệm hơn trong thế giới thuộc linh.

Vì thiên đàng là vô hình, sự hiểu biết và ngôn ngữ đời nầy thật khó để mô tả. Cũng có thể có những sự hiểu nhầm về nơi nầy. Ấy vậy sứ đồ Phaolô đã không thể nói rõ về Barađi trong Vương Quốc Thiên Đàng Thứ Ba mà ông đã được nhìn thấy trong một khải tượng.

Đức Chúa Trời cũng cho tôi biết rất nhiều về những điều kín nhiệm nơi thiên đàng, trong nhiều tháng liền, tôi đã rao giảng về đời sống phước hạnh và nhiều nơi ở cùng những phần thưởng khác nhau trên thiên đàng tùy vào tầm thước đức tin của mỗi người. Dẫu vậy, tôi không thể giảng hết về những gì tôi đã được biết.

Đức Chúa Trời muốn có thật nhiều linh hồn được cứu để vào nước thiên đàng, là nơi trong sáng và xinh đẹp như pha lê. Vì vậy, Ngài cho phép tôi bày tỏ những sự kín nhiệm về thế giới thuộc linh qua sách nầy.

Tôi hết lòng cảm tạ và tôn vinh Đức Chúa Trời về sự cho phép của Ngài để tôi được xuất bản *Thiên Đàng I: Trong Sáng và Xinh Đẹp Như Pha Lê*, sự mô tả về một nơi vô cùng xinh đẹp, tràn ngập vinh quang Đức Chúa Trời. Tôi hy vọng quý ông bà anh chị em sẽ nhận biết được tình yêu kỳ diệu của Đức Chúa Trời đã bày tỏ cho chúng ta về những kín nhiệm của thiên đàng và đưa dẫn mọi người đến với con đường cứu rỗi hầu cho ai cũng có thể vào được nơi đó. Đồng thời tôi hy vọng rằng hết thảy chúng ta đều tham gia vào cuộc đua hướng đến mục tiêu là sự sống đời đời nơi Giêrusalem Mới.

Tôi chân thành gởi lời tri ân đến Geumsun Vin, Giám đốc ban biên tập cùng hết thảy nhân viên của bà, cũng như Ban Dịch Thuật về công khó của họ để sách nầy được xuất bản. Trong danh Chúa tôi dâng cầu nguyện hầu cho qua sách nầy, nhiều linh hồn sẽ được cứu và vui hưởng sự sống đời đời ở Giêrusalem Mới.

Jaerock Lee

Lời Giới Thiệu

Hy vọng rằng mỗi chúng ta sẽ nhận biết được tình yêu không dời đổi của Đức Chúa Trời, đạt đến sự thánh khiết trọn vẹn, và tiến về Giêrusalem Mới.

Tôi hết lòng cảm tạ và tôn vinh Đức Chúa Trời Đấng đã đưa dẫn nhiều người đến với sự hiểu biết đúng về thế giới thuộc linh và hướng đến mục tiêu với niềm hy vọng về thiên đàng qua ấn phẩm *Địa Ngục* và bộ _ hai tập *Thiên Đàng*.

Sách nầy gồm mười chương, cho chúng ta biết rõ về sự sống và vẻ đẹp, những nơi ở khác nhau trên thiên đàng, cùng nhiều phần thưởng sẽ được ban cho tùy vào tầm thước đức tin. Đây là điều Đức Chúa Trời đã khải tỏ cho Mục Sư Tiến Sĩ Jaerock Lee bởi sự thần cảm của Đức Thánh Linh.

Chương 1 "Thiên Đàng: Trong Sáng và Xinh Đẹp Như Pha Lê" mô tả niềm vui sướng đời đời ở thiên đàng với dáng vẻ bề ngoài của nó, là nơi không cần mặt trời hay mặt trăng để chiếu sáng.

Chương 2 "Vườn Êđen và Quảng Trường Chờ Đợi ở Thiên Đàng" nói về vị trí, dáng vẻ, và cuộc sống trong vườn Êđen nhằm giúp chúng ta biết rõ hơn về thiên đàng. Chương nầy cũng cho chúng ta biết về kế hoạch và sự sắm sẵn của Đức Chúa Trời trong việc Ngài đặt cây biết điều thiện, điều ác và công cuộc trưởng dưỡng linh hồn nhân loại. Hơn thế, chương nầy còn cho chúng ta biết về Quảng Trường Chờ Đợi là nơi những người được cứu đợi Ngày Phán Xét, cùng với sự sống ở nơi nầy, và hạng người nào sẽ được vào Giêrusalem Mới mà không cần phải đợi ở đây.

Chương 3 "Bảy Năm Đại Tiệc Cưới" nói về sự Hiện Đến Lần Hai của Chúa Jêsus Christ, Bảy Năm Đại Nạn, Chúa trở lại thế gian, thời kỳ Hoàng Kim, và sự sống đời đời sau những sự đó.

Chương 4 "Những Kín Nhiệm Của Thiên Đàng Được Che Kín Từ Buổi Sáng Thế" những dụ ngôn của Chúa Jêsus giúp chúng ta vén bức màn bí ẩn của thiên đàng và cho chúng ta biết cách để vào thiên đàng, là nơi có rất nhiều chỗ ở.

Chương 5 "Chúng Ta Sống Như Thế Nào ở Thiên Đàng?" nói về chiều cao, trọng lượng, màu da của những thân thể đã được biến hóa, và chúng ta sẽ sống như thế nào. Với nhiều ví dụ về đời sống hân hoan ở thiên đàng, chương nầy cũng thúc giục chúng ta lấy lòng mạnh mẽ mà vững tiến về thiên đàng với niềm hy vọng lớn lao.

Chương 6 "Barađi" nói về nơi thấp nhất ở thiên đàng, song xinh đẹp và vui sướng hơn rất nhiều so với thế gian nầy. Chương nầy cũng cho biết những hạng người nào sẽ vào nơi nầy.

Chương 7 "Thiên Đàng Thứ Nhất" nói về cuộc sống và phần thưởng ở đây, là nơi ở dành cho những ai tin nhận Chúa Jêsus Christ và cố gắng sống theo Lời của Đức Chúa Trời.

Chương 8 "Thiên Đàng Thứ Hai" đi sâu vào đời sống và phần thưởng ở nơi nầy, là nơi đến của những ai không những đạt tới sự thánh khiết trọn vẹn mà còn làm trọn bổn phận của mình.

Chương nầy cũng nhấn mạnh tầm quan trọng của sự vâng phục và việc thi hành bổn phận.

Chương 9 "Thiên Đàng Thứ Ba" nói về vẻ đẹp và sự vinh quang của nó, là nơi mà Vương Quốc Thiên Đàng Thứ Hai không thể sánh được. Vương Quốc Thiên Đàng Thứ Ba là nơi chỉ dành cho những ai đã quăng xa mọi tội lỗi _ ngay cả những tội lỗi trong bản năng của họ _ nhờ vào sự vùa giúp của Đức Thánh Linh và những nỗ lực của chính họ. Chương nầy nói về tình yêu của Đức Chúa Trời là Đấng cho phép thử thách và hoạn nạn xảy ra.

Cuối cùng, Chương 10 "Giêrusalem Mới" giới thiệu về nơi xinh đẹp và vinh quang nhất ở thiên đàng, là nơi có Ngai Đức Chúa Trời ngự tọa. Chương nầy nói về những hạng người sẽ được vào Giêrusalem Mới. Chương nầy khép lại với hy vọng mang đến cho độc giả qua các ví dụ về những ngôi nhà của hai người sẽ được vào Giêrusalem Mới.

Đức Chúa Trời đã sắm sẵn thiên đàng trong sáng và xinbh đẹp như pha lê cho con cái yêu quý của Ngài. Ngài muốn nhiều người được cứu và trông mong nhìn thấy họ bước vào Giêrusalem Mới.

Trong danh Chúa, tôi hy vọng rằng hết thảy bạn đọc của *Thiên Đàng I: Trong Sáng Và Xinh Đẹp Như Pha Lê* sẽ nhận biết được tình yêu thương lớn lao của Đức Chúa Trời, đạt được sự thánh khiết trọn vẹn với tấm lòng của Chúa, và mạnh mẽ tiến về Giêrusalem Mới.

Geumsun Vin
Giám đốc ban biên tập

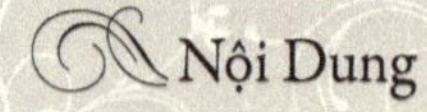 Nội Dung

Chương 1

Thiên Đàng:
Trong Sáng và Xinh Đẹp Như Pha Lê

Thiên sứ chỉ cho tôi xem sông nước sự sống, trong sáng như lưu ly, từ ngôi Đức Chúa Trời và Chiên Con chảy ra, ở giữa phố thành. Trên hai bờ sông có cây sự sống, trổ mười hai mùa, mỗi tháng một lần ra trái; và những lá cây đó dùng để chữa lành cho các dân. Chẳng còn có sự nguyền rủa nữa; Ngôi của Đức Chúa Trời và Chiên Con sẽ ở trong thành; các tôi tớ Ngài sẽ hầu hạ Ngài; chúng sẽ được thấy mặt Chúa, và danh Chúa sẽ ở trên trán mình. Đêm không còn có nữa; và chúng sẽ không cần đến ánh sáng đèn hay ánh sáng mặt trời, vì Chúa là Đức Chúa Trời sẽ soi sáng cho; và chúng sẽ trị vì đời đời.

- Khải Huyền 22:1-5

Nhiều người lấy làm lạ và hỏi rằng, "Nghe nói chúng ta có thể sống vĩnh phúc trên thiên đàng _ vậy, nơi đó như thế nào?" Nếu chúng ta lắng nghe những lời chứng của những người đã từng đến thiên đàng, thì hầu hết họ đều đã vượt qua một đường hầm rất dài. Điều nầy là vì thiên đàng thuộc về thế giới thuộc linh, là thế giới khác xa với thế giới mà chúng ta đang sống.

Con người trong thế giới ba chiều nầy không thể hiểu cụ thể về thiên đàng được. Chỉ khi nào Đức Chúa Trời bày tỏ, hoặc mắt thuộc linh chúng ta được khai sáng, thì chúng ta mới biết được thế giới kỳ diệu nầy, là thế giới bên trên thế giới ba chiều. Ví bằng chúng ta biết rõ về thế giới thiêng liêng nầy, không những linh hồn chúng ta được vui vẻ, mà đức tin chúng ta cũng được trưởng thành nhanh chóng và được Chúa yêu. Vì vậy Chúa Jêsus đã dùng nhiều dụ ngôn để bày tỏ cho chúng ta những sự kín nhiệm của thiên đàng, sứ đồ Giăng cũng đã giảng giải tường tận về thiên đàng qua sách Khải Huyền.

Vậy, thiên đàng là nơi như thế nào, con người sẽ sống ở đó ra sao? Nhìn thoáng qua, thiên đàng là nơi trong sáng và xinh đẹp như pha lê, là nơi Đức Chúa Trời đã sắm sẵn để chia sẻ tình yêu đời đời với con cái của Ngài.

Trời Mới và Đất Mới

Trời và đất thứ nhất mà Đức Chúa Trời đã dựng nên là nơi trong sáng và xinh đẹp như pha lê, song chúng đã bị rủa sả vì cớ sự bất tuân của Ađam, con người đầu tiên. Cùng với sự mở rộng công nghiệp hóa cách nhanh chóng và sự phát triển của khoa học kỹ thuật, đã làm ô nhiễm hành tinh nầy, ngày nay con người đang kêu gọi bảo vệ thiên nhiên.

Vậy nên, khi đến kỳ, Đức Chúa Trời sẽ cất trời và đất thứ nhất để qua một bên rồi Ngài để lộ ra trời mới và đất mới. Dẫu cho thế gian nầy đã bị ô uế và hư hoại, việc trưởng dưỡng con cái chân thật của Đức Chúa Trời là những kẻ có thể và sẽ vào được nước thiên đàng vẫn là điều cần thiết.

Ban đầu, Đức Chúa Trời tạo nên trái đất, sau đó Ngài tạo nên loài người, rồi đưa họ đến sống ở vườn Êđen. Ngài trao cho họ trọn quyền tự do và được phép ăn mọi thứ ngoại trừ cây biết điều thiện và điều ác. Dẫu vậy, con người đã phạm phải điều duy nhất mà Đức Chúa Trời đã cấm, rồi thì họ bị đuổi khỏi vườn đó và đến sống trên đất nầy, trời thứ nhất và đất thứ nhất.

Vì Đức Chúa Trời toàn tri biết rằng loài người sẽ đi vào con đường chết, ngay cả từ trước vô cùng, Ngài đã chuẩn bị sẵn Chúa Jêsus Christ và sai đến thế gian theo đúng kỳ đã định.

Vậy, hễ ai tin nhận Chúa Jêsus Christ là Đấng đã chịu chết bởi thập hình và sống lại thì sẽ được biến đổi thành một tạo vật mới, và được vào trời mới cùng đất mới để vui hưởng sự sống đời đời.

Trời Mới, Thiên Đàng Xanh Trong Sáng như Pha Lê

Trời mới, thiên đàng xanh mà Đức Chúa Trời đã sắm sẵn là nơi đầy dẫy không khí trong lành, thật sự là một nơi thanh khiết và sáng láng, chẳng giống như không khí ở thế gian nầy. Hãy hình dung một bầu trời cao xanh sáng láng với những đám mây trắng trong lành. Thật tuyệt vời và đáng yêu biết bao!

Vậy, tại sao Đức Chúa Trời sẽ tạo nên trời mới _ thiên đàng xanh? Về phương diện thuộc linh, màu xanh mang lại cho chúng ta một cảm xúc sâu lắng, cao thượng và thanh khiết. Nước trong thì có màu xanh. Khi nhìn bầu trời xanh, chúng ta cảm thấy lòng mình cũng được tươi mới. Đức Chúa Trời đã dựng nên bầu trời của thế gian nầy có màu xanh vì Ngài đã tạo nên chúng ta một tấm lòng trong sáng và ban cho chúng ta một tấm lòng tìm kiếm Đấng Tạo Hóa. Nếu chúng ta có thể xưng nhận, nhìn lên bầu trời trong xanh mà rằng, "Đấng Tạo Hóa của ta chắc hẳn là ở chốn cao vời đó. Ngài đã tạo nên mọi thứ rất đỗi xinh đẹp!" Lòng chúng ta sẽ được thanh tẩy và chúng ta sẽ có một cuộc sống phước hạnh đầy trọn.

Nếu cả bầu trời đều có màu vàng thì sẽ thế nào? Thay vì cảm thấy thỏa mái, người ta sẽ cảm thấy khó chịu và rối rắm, thậm chí có người còn thấy tâm trí mình có nang đề và khổ sở. Ấy vậy, tâm trí con người có thể được cảm động, tươi mới, hoặc rối bời tùy vào những màu sắc khác nhau. Vì vậy Đức Chúa Trời đã dựng nên trời mới là một thiên đàng xanh cùng những đám mây trong sáng, hầu cho con cái của Ngài sẽ được vui sống với những tấm lòng trong sáng và đẹp đẽ như pha lê.

Trời Mới và Đất Mới Được Làm Bằng Vàng Ròng và Châu Ngọc

Vậy, đất mới trên thiên đàng sẽ ra sao? Đây là nơi Đức Chúa Trời đã dựng nên hoàn toàn sạch sẽ và trong sáng như pha lê, không có rác rưởi hay bụi bặm. Đất mới được làm bằng vàng ròng và châu ngọc. Thật vui thích biết bao khi được đi trên những con đường bằng vàng ròng và châu ngọc sáng rực!

Thế gian nầy được làm từ bụi đất, là thứ có thể bị thời gian làm thay đổi. Sự thay đổi nầy cho chúng ta biết về sự hư không và sự chết. Đức Chúa Trời cho phép mọi loài cây sinh sôi và kết trái, rồi tàn lụi trong đất hầu cho chúng ta có thể nhận biết rằng cuộc sống trên đất nầy cũng sẽ đến hồi kết thúc.

Thiên đàng được làm bằng vàng ròng và châu ngọc là thứ không thay đổi vì thiên đàng là một thế giới thật và vĩnh hằng. Đồng thời khi được gieo trồng thì cây cối cũng sinh trưởng như trên đất nầy. Tuy nhiên, không giống như những thứ trên đất nầy, chúng sẽ không bao giờ chết mất hay tàn héo.

Hơn nữa, các gò núi và các thành trì đều được làm bằng châu ngọc. Chúng tỏa sáng và xinh đẹp vô cùng! Hãy có đức tin đích thực hầu cho chúng ta sẽ chẳng đánh mất cơ hội về cảnh đẹp và cuộc sống phước hạnh ở thiên đàng, là thứ mà không thể có một ngôn từ nào để diễn tả được.

Sự Biến Mất của Trời Thứ Nhất và Đất Thứ Nhất

Khi trời mới và đất mới xinh đẹp xuất hiện, điều gì sẽ xảy đến với trời thứ nhất và đất thứ nhất?

Bấy giờ tôi thấy một tòa lớn và trắng cùng Đấng đương ngồi ở trên; trước mặt Ngài trời đất đều trốn hết, chẳng còn thấy chỗ nào cho nó nữa. (Khải Huyền 20:11).

Đoạn, tôi thấy trời mới và đất mới; vì trời thứ nhất và đất thứ nhất đã biến mất, và biển cũng không còn nữa. (Khải Huyền 21:1).

Khi con người được trưởng dưỡng trên đất nầy, họ được đoán định giữa điều thiện và điều ác, rồi trời và đất thứ nhất sẽ qua đi. Điều nầy chẳng phải chúng biến mất hoàn hoàn, mà được chuyển đến một nơi khác.

Bấy giờ tại sao Đức Chúa Trời sẽ dời chuyển trời thứ nhất và đất thứ nhất mà không vứt bỏ chúng cách hoàn hoàn? Vì nếu vậy thì con cái Ngài sống trên thiên đàng sẽ nhớ về chúng. Cho dù họ đã từng bị thống khổ và gặp khó khăn lúc còn ở nơi trời và đất thứ nhất, đôi lúc họ vẫn sẽ nhớ về chúng vì nơi đó đã từng là quê hương của họ. Vậy nên Đức Chúa Trời của tình yêu thương đã dịch chuyển chúng đến một nơi khác trong vũ trụ, mà không hủy bỏ chúng cách hoàn toàn.

Vũ trụ mà chúng ta đang sống là một vũ trụ vô cùng tận, và còn có rất nhiều vũ trụ khác nữa. Vậy, Đức Chúa Trời sẽ chuyển trời thứ nhất và đất thứ nhất đến một góc nào đó của vũ trụ, và khi cần Ngài sẽ để cho con cái Ngài đến viếng thăm chúng.

Không Có Nước Mắt, Sầu Khổ, Chết Chóc, hay Bệnh Tật

Trời mới và đất mới, nơi những con cái được cứu bởi đức tin của Đức Chúa Trời sẽ đến ở, không còn có sự rủa sả nữa mà ở đó chỉ toàn là phước hạnh. Trong Khải Huyền 21:3-4, ở thiên đàng, chúng ta không thấy nước mắt, sầu khổ, chết chóc, khóc than, hay bệnh tật vì Đức Chúa Trời đang hiện diện tại đây.

Tôi nghe một tiếng lớn từ nơi ngai mà đến, nói rằng: Nầy, đền tạm của Đức Chúa Trời ở giữa loài người! Ngài sẽ ở với chúng, và chúng sẽ làm dân Ngài; chính Đức Chúa Trời sẽ ở với chúng. Ngài sẽ lau ráo hết nước mắt khỏi chúng, sẽ không có sự chết, cũng không có than khóc, kêu ca, hay là đau đớn nữa; vì những sự thứ nhất đã qua rồi.

Thật đáng buồn biết bao nếu chúng ta đói khát, con cái chúng ta kêu khóc vì đói? Có ích gì chăng nếu có ai đó đến mà nói rằng, "Anh đói đến nỗi chảy nước mắt rồi," rồi họ lau nước mắt cho chúng ta, song chẳng cho một thứ gì? Bấy giờ điều thực tế có thể giúp ích được ở đây là gì? Người ấy nên cho chúng ta một cái gì đó để ăn hầu cho chúng ta và con cái sẽ không bị đói. Chỉ như vậy, thì nước mắt chúng ta cùng con cái sẽ không còn rơi nữa.

Cũng vậy, khi nói rằng Đức Chúa Trời sẽ lau ráo hết nước mắt chúng ta, thì có nghĩa rằng khi chúng ta được cứu và vào thiên đàng, ở đó sẽ không còn lo lắng hay bận tâm vì không còn nước mắt, sầu khổ, chết chóc, than khóc, hay bệnh tật trên thiên đàng nữa.

Một mặt, cho dù chúng ta có tin Đức Chúa Trời hay không,

chúng ta cũng sẽ phải sống chung với một vài loại sầu khổ trên đất nầy. Con người thế gian sẽ đau đớn rất nhiều ngay cả đối với sự mất mát nhỏ. Mặt khác, những người tin sẽ than khóc bởi tình yêu và sự thương xót cho những kẻ chưa được cứu.

Dầu vậy, một khi vào trong nước thiên đàng, chúng ta sẽ không phải lo lắng về sự chết, hoặc về những người khác phải sa vào sự chết đời đời vì tội lỗi của họ. Chúng ta sẽ không phải khốn khổ vì tội lỗi, vậy, chẳng hề có bất kỳ một thứ sầu khổ nào.

Trên đất nầy, chúng ta sẽ than khóc khi bị những nỗi buồn choáng lấy. Dầu vậy, trên thiên đàng, sẽ không có than khóc vì ở đó chẳng hề có bệnh tật hay một mối bận tâm nào, mà chỉ có sự phước hạnh đời đời.

Sông Nước Sự Sống

Ở thiên đàng, Sông Nước Sự Sống trong như lưu ly, chảy ra giữa con đường lớn. Khải Huyền 22:1-2 mô tả về Sông Nước Sự Sống, đến nỗi khi tưởng đến chúng ắt hẳn chúng ta đã cảm nhận được sự phước hạnh của nó.

Thiên sứ chỉ cho tôi xem sông nước sự sống, trong như lưu ly, từ ngôi Đức Chúa Trời và Chiên Con chảy ra. Ở giữa phố thành trên hai bờ sông có cây sự sống trổ mười hai mùa, mỗi tháng một lần ra trái; và những lá cây đó dùng để chữa lành cho các dân.

Có lần tôi được bơi trong biển Thái Bình, nước biển trong đến mức tôi có thể nhìn thấy cá và thực vật trong đó. Biển đẹp đến nỗi tôi không muốn ra khỏi đó. Ngay cả ở thế gian nầy, chúng ta sẽ cảm nhận được sự tươi mới trong lòng và được thanh tẩy khi được ngắm nhìn sự trong trắng của nước. Huống chi là ở Sông Nước Sự Sống, trong như lưu ly, chảy ra giữa con đường lớn, thì sự vui sướng của chúng ta sẽ là biết dường bao!

Sông Nước Sự Sống

Thậm chí ở thế gian nầy, khi chúng ta ngắm nhìn nước biển trong xanh, những gợn sóng sẽ phản chiếu ánh mặt trời và tỏa sáng cách dễ chịu. Từ đằng xa, Sông Nước Sự Sống ở thiên đàng có màu xanh biếc, song nếu chúng ta đến gần mà ngắm nhìn, thì thấy vô cùng trong sạch và xinh đẹp, không một vết nhơ, "trong suốt như lưu ly."

Vậy, tại sao Sông Nước Sự Sống chảy ra từ ngôi Đức Chúa Trời và Chiên con? Về mặt thuộc linh, nước nói đến lời Đức Chúa Trời, là bánh sự sống, chúng ta có được sự sống đời đời nhờ vào lời Đức Chúa Trời. Chúa Jêsus phán trong Giăng 4:14, *"Hễ ai uống nước ta sẽ cho, thì chẳng hề khát nữa. Nước ta cho sẽ trở thành một mạch nước trong người đó, văng ra cho đến sự sống đời đời."* Lời Đức Chúa Trời là Nước Hằng Sống ban cho chúng ta, vậy nên Sông Nước Sự Sống chảy ra từ ngai Đức Chúa Trời và Chiên Con.

Vậy, Nước Sự Sống sẽ có mùi vị ra sao? Ấy là một sự ngọt ngào vượt quá những gì chúng ta biết được ở thế gian, một khi uống nước nầy, chúng ta sẽ cảm nhận được sự mạnh mẽ. Đức Chúa Trời đã ban Nước Sự Sống nầy cho loài người, Nhưng do sự Sa Ngã của Ađam, nước ở thế gian cùng hết thảy những thứ khác đều bị rủa sả. Từ đó, loài người không còn được thưởng thức Nước Sự Sống trên đất nầy nữa. Chỉ sau khi được vào thiên đàng, chúng ta sẽ được uống nước nầy. Con người trên đất nầy đang uống nước đã bị ô nhiễm, và họ tìm những thức uống nhân tạo. Ấy vậy, nước ở thế gian nầy không thể mang lại sự sống đời

đời, song Nước Sự Sống ở thiên đàng, là lời Đức Chúa Trời, mang lại cho chúng ta sự sống đời đời. Nước ấy ngọt hơn mật, chảy ra từ tàng ong, bổ sức cho linh hồn chúng ta.

Sông Ấy Chảy Ra Khắp Nơi Trên Thiên Đàng

Sông Nước Sự Sống chảy ra từ Ngai Đức Chúa Trời và Chiên Con giống như dòng huyết lưu thông trong cơ thể để duy trì sự sống. Sông Nước Sự Sống chảy từ khắp nẻo trên thiên đàng trong giữa con đường lớn, rồi trở về Ngai Đức Chúa Trời. Tại sao Sông Nước Sự Sống chảy ra khắp nẻo trên thiên đàng vào giữa con đường lớn?

Trước hết, Sông Nước Sự Sống là con đường dễ nhất dẫn đến Ngai Đức Chúa Trời. Vậy nên, để vào Giêrusalem Mới nơi có Ngai Đức Chúa Trời ngự tọa, chúng ta cứ đi theo con đường bằng vàng ròng trên mỗi bờ sông.

Thứ hai, Lời Đức Chúa Trời là con đường dẫn đến nthiên đàng, chỉ khi theo con đường nầy, chúng ta mới được vào nước thiên đàng. Như Chúa Jêsus phán trong Giăng 14:6, *"Ta là đường đi, lẽ thật, và sự sống; Chẳng bởi ta thì không ai được đến cùng Cha,"* đó là con đường đến thiên đàng trong lời Đức Chúa Trời là lời của lẽ thật. Khi chúng ta làm theo lời Chúa, chúng sẽ được vào thiên đàng nơi có lời Đức Chúa Trời là Sông Nước Sự Sống tuôn ra.

Cũng vậy, Đức Chúa Trời dựng nên thiên đàng theo sự hoạch định mà chỉ cần theo Sông Nước Sự Sống, chúng ta có thể đến Giêrusalem Mới là nơi tiếp đón Ngai Đức Chúa Trời.

Cát Vàng và Cát Bạc trên Bờ Sông

Trên bờ Sông Nước Sự Sống sẽ có gì? Trước tiên chúng ta sẽ

thấy cát vàng và cát bạc trải rộng và xa. Cát ở thiên đàng nhẵn và mịn màng đến mức ngay cả khi chúng ta nô đùa trên đó vẫn không bị chúng bám vào quần áo.

Cũng có nhiều dãy ghế được trang trí bằng vàng và châu báu. Khi ngồi trên ghế đó với những người bạn yêu quý để cùng nhau chuyện trò vui vẻ, các thiên sứ xinh đẹp sẽ đến phục vụ chúng ta.

Ở thế gian, chúng ta ngưỡng mộ các thiên sứ, song ở thiên đàng các thiên sứ sẽ gọi chúng ta bằng "chủ" và phục vụ theo ý chúng ta. Nếu muốn ăn trái cây, thiên sứ sẽ mang đến cho chúng ta ngay tức thời, trong một cái giỏ được trang trí bằng vàng và châu ngọc.

Vả lại, trên hai bờ Sông Nước Sự Sống có rất nhiều hoa đẹp đủ các màu sắc, chim chóc, côn trùng, và động vật. Chúng cũng hầu việc chúng ta như một ông chủ và chúng ta có thể chia sẻ tình cảm với chúng. Với Sông Nước Sự Sống, thiên đàng thật kỳ diệu và xinh đẹp biết bao!

Cây Sự Sống trên Hai Bờ Sông

Khải Huyền 22:1-2 mô tả tường tận về cây sự sống trên hai bờ Sông Nước Sự Sống.

Thiên sứ chỉ cho tôi xem sông nước sự sống, trong như lưu ly, từ ngôi Đức Chúa Trời và Chiên Con chảy ra. Ở giữa phố thành trên hai bờ sông có cây sự sống trổ mười hai mùa, mỗi tháng một lần ra trái; và những lá cây đó dùng để chữa lành cho các dân.

Tại sao Đức Chúa Trời dựng nên cây sự sống ra trái mười hai mùa trên hai bờ sông?

Trước nhất, Đức Chúa Trời muốn con cái Ngài là những kẻ

đã được vào thiên đàng cảm nhận được vẻ đẹp và sự sống ở thiên đàng. Ngài cũng muốn nhắc nhở cho chúng biết rằng chúng đã mang trái của Thánh Linh khi chúng làm theo lời Đức Chúa Trời, như chúng có thể ăn thức ăn bởi mồ hôi trán mình.

Ở đây chúng ta phải nhận biết một điều. Việc ra trái mười hai mùa không có nghĩa rằng một cây ra mười hai mùa trái, mà là mười hai loại cây sự sống ra trái vào mỗi mùa. Trong Kinh thánh, chúng ta thấy mười hai chi phái Ysơraên được hình thành qua mười hai con trai của Giacốp, qua mười hai chi phái nầy, quốc gia Ysơraên được hình thành và những nước theo đạo Cơ Đốc đã được ngẩng cao đầu ở khắp mọi nơi trên thế giới. Ngay cả Chúa Jêsus cũng chọn mười hai môn đệ, và họ đã rao truyền phúc âm đến muôn dân.

Bởi vậy, mười hai mùa của cây sự sống tượng trưng cho bất kỳ người nào đến từ quốc gia nào, nếu bước đi theo đức tin, có thể kết trái của Đức Thánh Linh và được vào nước thiên đàng.

Nếu ăn trái cây xinh đẹp và nhiều màu sắc từ cây sự sống, chúng ta sẽ được khỏe ra và cảm thấy hạnh phúc hơn. Ngay khi trái nó được hái đi, thì trái khác cũng được thế vào, hầu cho chúng sẽ không bao giờ hết. Những lá của cây sự sống có màu xanh đậm và sáng rực, và sẽ cứ giữ nguyên như vậy, chẳng hề thay đổi vì chúng chẳng rơi rụng. Những lá xanh và sáng rực đó lớn hơn nhiều so với lá cây ở đất nầy, chúng phát triển cách trật tự gọn gàng.

Ngai Của Đức Chúa Trời và Chiên Con

Khải Huyền 22:3-5 nói đến nơi ngự tọa của Ngai Đức Chúa Trời và Chiên Con giữa chốn thiên đàng.

Chẳng còn có sự nguyền rủa nữa; ngôi của Đức Chúa Trời và Chiên Con sẽ ở trong thành; các tôi tớ Ngài sẽ hầu hạ Ngài; chúng sẽ được thấy mặt Chúa, và danh Chúa sẽ ở trên trán mình. Đêm không còn có nữa, và chúng sẽ không cần đến ánh sáng đèn hay ánh sáng mặt trời, vì Chúa Là Đức Chúa Trời sẽ soi sáng cho; và chúng sẽ trị vì đời đời .

Ngai ở Giữa Thiên Đàng

Thiên đàng là chốn vĩnh hằng nơi Đức Chúa Trời trị vì bằng tình yêu và sự công chính. Tại Giêrusalem Mới ở giữa thiên đàng, là nơi có Ngai Đức Chúa Trời và Chiên Con. Chiên Con ở đây nói đến Đức Chúa Jêsus Christ (Xuất 12:5; Giăng 1:29; 1 Phierơ 1:19).

Không phải ai cũng có thể vào được nơi ở của Đức Chúa Trời. Nơi ấy ngự tọa tại một chỗ trong một không gian khác ở Giêrusalem Mới. Tại đây Ngai của Đức Chúa Trời xinh đẹp và rực rỡ hơn nhiều so với ngai ở Giêrusalem Mới.

Ngai của Đức Chúa Trời ở Giêrusalem Mới là nơi Ngài sẽ ngự xuống khi con cái Ngài thờ phượng hay dự đại tiệc. Khải Huyền 4:2-3 nói đến sự ngự tọa của Đức Chúa Trời trên ngai Ngài.

Tức thì tôi được Thánh Linh cảm hóa; thấy một ngôi đặt tại trên trời, trên ngôi có một Đấng đương ngồi đó. Đấng ngồi đó rực rỡ như bích ngọc và mã não; có cái mống dáng như lục bửu thạch bao chung quanh ngôi.

Chung quanh Ngôi có hai mươi bốn trưởng lão đương ngồi, trang phục màu trắng, đầu đội vương miện vàng. Trước Ngôi có Bảy Vị Thần của Đức Chúa Trời, có biển trong ngần như thủy tinh. Chính giữa và xung quanh Ngôi có bốn con sinh vật cùng nhiều thiên binh thiên sứ.

Vả lại, Ngai Đức Chúa Trời được bao phủ bởi những hào quang. Ngai đó xinh đẹp, tráng lệ, đáng tôn quý, to lớn và gây kinh ngạc đến nỗi vượt quá sự hiểu biết của loài người. Đồng thời bên phải Ngôi Đức Chúa Trời là Ngôi Chiên Con, Đức Chúa Jêsus của chúng ta. Ấy là Ngôi khác biệt với Ngôi của Đức Chúa Trời, song Đức Chúa Trời Ba Ngôi, Đức Cha, Đức Con và Đức Thánh Linh, đều đồng tâm tình, đồng tính cách và quyền năng.

Những chi tiết cụ thể về Ngai của Đức Chúa Trời sẽ nói nhiều hơn trong Sách Thứ Hai nói về *Thiên Đàng* có tựa đề *"Tràn Ngập Vinh Quang Đức Chúa Trời."*

Chẳng Có Đêm Cũng Không Có Ngày

Từ trên Ngai, Đức Chúa Trời trị vì cả thiên đàng và vũ trụ bằng tình yêu và sự công chính của Ngài, Ngai ấy sáng rực hào quang thánh xinh đẹp và vinh quang. Ngai ở giữa thiên đàng, bên cạnh Ngai Đức Chúa Trời là Ngai của Chiên Con, Ngai nầy cũng rực rỡ hào quang vinh hiển. Vì vậy, thiên đàng không cần mặt trời, mặt trăng, hay đèn để chiếu sáng vì ở đây chẳng có đêm cũng chẳng có ngày.

Bởi vậy, Hêbơrơ 12:14 thúc giục chúng ta rằng, *"Hãy cầu sự bình an với mọi người, cùng tìm theo sự nên thánh, vì chẳng nên thánh thì chẳng ai được thấy Đức Chúa Trời."* Trong Mathiơ 5:8, Đức Chúa Jêsus có phán hứa cùng chúng ta rằng, *"Phước cho những kẻ có lòng trong sạch, vì sẽ thấy Đức Chúa Trời."*

Thế thì, những người tin là những kẻ thoát khỏi mọi ác tưởng trong lòng và hoàn toàn làm theo lời Chúa, là những người có thể thấy Đức Chúa Trời. Tới một mức độ nào đó khi có đồng tâm tình với Chúa, những kẻ tin sẽ được ban phước ngay ở đời nẩy, và cũng sẽ được sống gần với Ngai Đức Chúa Trời trên thiên đàng.

Người ta sẽ vui sướng biết bao nếu họ có thể nhìn thấy Đức Chúa Trời, phục vụ Ngài, luôn luôn chia sẻ tình yêu với Ngài! Dẫu vậy, giống như chúng ta không thể trực diện nhìn vào mặt trời vì sự chói sáng của nó, những người không có đồng tâm tình với Chúa, không thể đến gần Đức Chúa Trời.

Vui Hưởng Niềm Hạnh Phúc Thật và Đời Đời Trên Thiên Đàng

Chúng ta có thể vui hưởng niềm hạnh phúc thật trong mọi việc chúng ta làm ở thiên đàng, vì đây là món quà tuyệt vời mà Đức Chúa Trời đã sắm sẵn với tình yêu vô đối Ngài dành cho con cái mình. Thiên sứ sẽ phục vụ con cái Đức Chúa Trời, như có chép trong Hêbơrơ 1:14, *"Các thiên sứ há chẳng phải đều là thần hầu việc Đức Chúa Trời, đã được sai xuống để giúp việc những người sẽ hưởng cơ nghiệp cứu rỗi hay sao?"* Vì mỗi người có lượng đức tin khác nhau, vả lại, kích thước của những ngôi nhà, và số lượng thiên sứ giúp việc sẽ khác nhau tùy vào mức độ mà người ta tương đồng với Chúa.

Họ được phục vụ như những công nương, hoàng tử, thiên sứ sẽ hiểu được ý muốn của chủ chúng là những người mà chúng được giao cho để hầu việc, chúng sẽ lo liệu mọi thứ cần dùng cho chủ mình. Hơn thế nữa, động vật và cây cối cũng rất yêu thương con cái Đức Chúa Trời và phục vụ họ. Động vật ở thiên đàng sẽ vâng theo ý chỉ con cái Đức Chúa Trời một cách vô điều kiện, đôi khi chúng làm những điều thật đáng yêu để làm đẹp lòng họ, vì ở chúng chẳng có điều ác nào.

Còn cây cối ở thiên đàng thì sao? Mỗi cây đều có mùi hương đặc biệt, hễ khi nào con cái Đức Chúa Trời đến gần thì chúng sẽ tỏa hương. Những bông hoa sẽ tỏa hương tuyệt hảo nhất, mùi hương ấy còn có thể lan tỏa rộng ra các vùng chung quanh. Mùi hương luôn là một nguồn vô tận, ngay lúc vừa tỏa ra thì hương mới được tạo thành.

Đồng thời những trái của mười hai loại cây sự sống cũng có mùi vị đặc trưng của mỗi loại. Khi ngửi mùi hương hoa hay ăn trái của cây sự sống, chúng ta sẽ được tươi tỉnh và vui sướng đến mức ở thế gian nầy không gì có thể so sánh được.

Vả lại, không như cây cối trên đất nầy, những bông hoa trên thiên đàng sẽ mỉm cười khi con cái Đức Chúa Trời đến gần chúng. Thậm chí chúng còn nhảy múa vui mừng với chủ mình, và con người cũng có thể trò chuyện với chúng nữa.

Dẫu cho có ai đó hái đi một bông hoa nào, thì nó cũng không đau đớn hay buồn rầu, song bởi quyền phép Đức Chúa Trời, chúng liền phục hồi. Hoa đã được hái liền tan ra trong không khí và biến mất. Trái cây người ta vừa ăn xong cũng sẽ tan biến thành mùi hương tuyệt vời rồi biến mất qua hơi thở.

Ở thiên đàng có bốn mùa, người ta có thể vui thú với sự thay đổi của các mùa ấy. Người ta có thể cảm nhận được tình yêu thương của Đức Chúa Trời qua việc vui hưởng những nét đặc trưng của mỗi mùa: xuân, hạ, thu, đông. Bấy giờ có người hỏi rằng, "Chúng ta vẫn phải sẽ khốn khổ với sức nóng của mùa hè và cái lạnh của mùa đông ở nơi thiên đàng chăng?" Tuy nhiên, thời tiết ở thiên đàng, tạo nên điều kiện sống hoàn hảo nhất cho con cái Đức Chúa Trời, và họ sẽ không phải khốn khổ với sự nóng, lạnh của thời tiết. Thậm chí những thân thể đã biến đổi không cảm nhận sự nóng hay lạnh, trong mọi thời tiết chúng đều cảm thấy mát mẻ. Vậy nên, chẳng ai phải khốn khổ với thời tiết nóng lạnh ở thiên đàng.

Vào mùa Thu, con cái Đức Chúa Trời có thể vui hưởng với cảnh đẹp từ những chiếc lá ngã màu. Còn vào mùa đông, chúng có thể thấy tuyết rơi. Người ta sẽ được vui hưởng cảnh xinh đẹp mà không có một cảnh đẹp nào ở thế gian có thể sánh được. Đức Chúa Trời đã tạo nên bốn mùa trên thiên đàng vì Ngài muốn con cái mình biết rằng mọi thứ chúng muốn đều đã có sẵn cho sự vui thỏa trên thiên đàng. Đây cũng là một minh chứng về tình yêu của Ngài nhằm làm vui thỏa con cái mình khi chúng nhớ về thế gian là nơi chúng từng được trưởng dưỡng cho đến chừng trở thành con cái thật của Đức Chúa Trời .

Thiên đàng là một thế giới bốn chiều, là thế giới mà không thể đem so sánh với thế gian. Là một thế giới tràn ngập tình yêu và đầy quyền phép của Đức Chúa Trời, những sự kiện và hoạt động thì không sao đếm hết, con người không hình dung nổi. Trong chương 5, chúng ta sẽ biết nhiều hơn về niềm vui sướng của sự sống đời đời mà những kẻ tin sẽ được vui hưởng ở thiên đàng.

Chỉ những ai có tên trong sách sự sống của Chiên Con mới có thể được vào thiên đàng. Như có chép trong sách Khải Huyền 21:6-8, chỉ những ai uống Nước Sự Sống và trở thành con cái Đức Chúa Trời, mới có thể kế nghiệp được vương quốc của Ngài.

Ngài lại phán cùng tôi rằng: Xong rồi! Ta là Anpha và ômêga, nghĩa là đầu tiên và cuối cùng. Kẻ nào khát ta sẽ lấy nước suối sự sống mà ban cho nhưng không. Kẻ nào thắng sẽ được những sự ấy làm cơ nghiệp, ta sẽ làm Đức Chúa Trời người và người sẽ làm con ta. Còn

*những kẻ hèn nhát, kẻ chẳng tin, kẻ đáng gớm ghét, kẻ
giết người, kẻ dâm loạn, kẻ phù phép, kẻ thờ thần tượng,
và phàm kẻ nào nói dối, phần của chúng nó ở trong hồ
có lửa và diêm cháy bừng bừng: Đó là sự chết thứ hai.*

Kính sợ Đức Chúa Trời và vâng giữ các điều răn của Ngài là
bổn phận cần thiết của con người (Truyền Đạo 12:13). Vậy nếu
chúng ta bất kính hay phạm đến lời Ngài mà tiếp tục phạm tội
cho dù chúng ta nhận biết rằng mình phạm tội, chúng ta cũng
không thể vào được thiên đàng. Những kẻ ác, kẻ giết người, kẻ
phù phép, và những kẻ thờ thần tượng là những kẻ coi thường
lẽ phải, là những kẻ sẽ không được vào nước thiên đàng. Chúng
không thèm để ý đến Đức Chúa Trời, mà đi hầu việc ma quỷ, tin
tưởng thần ngoại ban, nghe theo kẻ thù là Satan và ma quỷ.

Ngoài ra, những kẻ lừa dối Đức Chúa Trời, phỉnh gạt Ngài,
nói lời phỉ báng chống nghịch Đức Thánh Linh, cũng sẽ chẳng
được vào thiên đàng. Như tôi có nói trong sách Địa Ngục,
những hạng người nầy sẽ phải khốn khổ với hình phạt đời đời
trong nơi địa ngục.

Vậy nên, trong danh Chúa tôi cầu nguyện rằng, hết thảy
chúng ta đều không chỉ tin nhận Chúa Jêsus và được quyền làm
con cái Đức Chúa Trời, mà nhờ việc làm theo lời Chúa, chúng
ta còn vui hưởng niềm phước hạnh đời đời tại chốn thiên đàng
xinh đẹp nầy, là nơi trong sáng như ngọc lưu ly.

Chương 2

Vườn Êđen và Quảng Trường Chờ Đợi ở Thiên Đàng

Giêhôva Đức Chúa Trời lập một cảnh vườn tại Êđen ở về phía đông; và đặt người mà Ngài vừa dựng nên ở đó. Giêhôva Đức Chúa Trời khiến đất mọc lên các thứ cây đẹp mắt, và trái thì ăn ngon; giữa vườn có cây sự sống, cùng cây biết điều thiện và điều ác.

- Sáng Thế 2:8-9

Ađam, con người đầu tiên được Đức Chúa Trời tạo nên, đã sống trong vườn Êđen như một loài có sinh linh trò chuyện cùng Đức Chúa Trời. Thế nhưng sau một thời gian lâu, Ađam đã phạm tội phản nghịch, ăn trái cây biết điều thiện và điều ác mà Đức Chúa Trời đã cấm. Dẫn đến hậu quả, tâm linh là phần chủ của người đã bị chết. Người bị đuổi khỏi Vườn Ê-đen và đến sống trên đất nầy. Bấy giờ tâm linh của Ađam và Êva đã chết và mối tương giao với Đức Chúa Trời đã bị cắt đứt. Sống trên đất bị rủa sả nầy, họ đã nhớ đến Vườn Êđen biết bao?

Đức Chúa Trời toàn tri đã biết trước về việc bất tuân của Ađam, Ngài đã chuẩn bị sẵn Chúa Jêsus Christ để mở đường cứu rỗi khi đến kỳ. Hễ ai được cứu bởi đức tin sẽ thừa hưởng được thiên đàng là nơi mà Vườn Êđen không thể sánh được.

Sau khi Chúa Jêsus sống lại và về trời, Ngài đã dựng nên nơi chờ đợi là nơi mà những người được cứu có thể đến ở chờ Ngày Phán xét, nhiều nơi ở khác nhau đang chờ đợi họ. Chúng ta hãy nhìn xem Vườn Êđen và Quảng Trường Chờ Đợi để hiểu rõ hơn về thiên đàng.

Vườn Êđen Nơi Ađam Đã Từng Sống

Sáng Thế 2:8-9 có nói đến Vườn Êđen. Nơi đây hai con người đầu tiên mà Đức Chúa Trời đã tạo nên, ông Ađam và bà Eva, đã từng sống.

Giêhôva Đức Chúa Trời lập một cảnh vườn tại Êđen, ở về hướng Đông, và đặt người mà Ngài vừa dựng nên ở đó. Giêhôva Đức Chúa Trời khiến đất mọc lên các thứ cây đẹp mắt, và trái thì ăn ngon; giữa vườn lại có cây sự sống cùng cây biết điều thiện và điều ác.

Vườn Êđen là nơi Ađam, một loài có sinh linh, đã được ban cho để sinh sống, nó đã được dựng nên tại một thế giới thiêng liêng nào đó. Vậy, ngày hôm nay Vườn Êđen, quê hương của con người đầu tiên Ađam, thật sự là nơi nào?

Vị Trí của Vườn Êđen

Ở nhiều nơi trong Kinh Thánh Đức Chúa Trời có nói đến "các từng trời", nhằm cho chúng ta biết rằng có nhiều nơi trong thế giới thiêng liêng bên kia bầu trời mà chúng ta có thể nhìn thấy bằng mắt thường. Ngài nói đến "các từng trời" để cho chúng ta biết về những nơi thuộc về thế giới thiêng liêng.

Kìa, trời và các từng trời cao hơn trời, đất và mọi vật ở nơi đất đều thuộc về Giêhôva Đức Chúa Trời ngươi. (Phục Truyền 10:14).

Chính Đức Giêhôva đã làm nên đất bởi quyền năng Ngài, đã lập thế gian bởi sự khôn ngoan Ngài, đã giương các từng trời ra bởi sự thông sáng Ngài. (Giêrêmi 10:12).

Hỡi trời trên các từng trời, hỡi nước trên các từng trời, hãy ngợi khen Ngài! (Thi Thiên 148:4).

Thế thì, chúng ta nên hiểu rằng "các từng trời" không chỉ nói đến bầu trời mà chúng ta có thể nhìn thấy bằng mắt thường. Trời Thứ Nhất là nơi có mặt trời, mặt trăng và các vì sao, rồi đến Trời Thứ Hai, Trời Thứ Ba là những nơi thuộc về thế giới thiêng liêng.

Trong 2 Côrinhtô 12, sứ đồ Phaolô có nói đến Từng Trời Thứ Ba. Nơi đây là một từng trời toàn vẹn từ Barađi đến Giêrusalem Mới.

Sứ đồ Phaolô đã từng đến Barađi, là nơi dành cho những người có ít đức tin nhất, và là nơi cách xa Ngai Đức Chúa Trời nhất. Ở đây ông đã nghe về những điều kín nhiệm của nước thiên đàng. Ông vẫn thừa nhận rằng "có những lời mà con người không được phép nói ra."

Vậy, thế giới thiêng liêng của Từng Trời Thứ Hai sẽ ra sao? Đây là nơi khác với Từng Trời Thứ Ba, và Vườn Êđen thuộc về nơi nầy. Hầu hết người ta cho rằng Vườn Êđen nằm ở đất nầy. Nhiều học giả và các nhà nghiên cứu Kinh Thánh cứ tiếp tục công cuộc nghiên cứu khảo cổ và nghiên cứu các vùng chung quanh Mêsôphôtamia và thượng nguồn các dòng suối Ơphơrát và vùng Tirơ ở Trung Đông. Dầu vậy, cho đến bấy giờ họ vẫn chưa khám phá ra được gì. Lý do người ta không thể tìm thấy vườn Êđen trên đất nầy là vì nó thuộc về thế giới thiêng liêng, nằm ở Từng Trời Thứ Hai.

Từng Trời Thứ Hai cũng là nơi dành cho những ác linh bị đuổi khỏi Từng Trời Thứ Ba sau cuộc nổi loạn của Luciphe. Sáng Thế 3:24 chép rằng, *Vậy, Ngài đuổi loài người ra khỏi vườn, rồi đặt tại phía đông vườn Êđen các thần chêrubim với gươm lưỡi chói lòa, để giữ con đường đến cây sự sống.* Đức Chúa Trời làm vậy để ngăn cản những ác linh, không cho chúng vào Vườn Êđen để ăn cây sự sống mà có được sự sống đời đời.

Các Cổng Vào Vườn Êđen

Bấy giờ chúng ta không nên hiểu rằng Từng Trời Thứ Hai ở trên Từng Trời Thứ Nhất, và Từng Trời Từng Trời Thứ Ba ở trên Từng Trời Thứ Hai. Chúng ta không thể hiểu được không gian của thế giới bốn chiều, là sự vượt quá sự hiểu biết và kiến thức của thế giới ba chiều. Vậy, các từng trời được dựng nên như thế nào? Thế giới ba chiều mà chúng ta nhìn thấy và các từng trời trong thế giới thiêng liêng dường như tách biệt nhau, song trong cùng một thời điểm chúng gối chồng lên và có liên hệ nhau. Có những cổng nối kết giữa thế giới ba chiều và thế giới thiêng liêng.

Có những cổng nối kết giữa Từng Trời Thứ Nhất với Vườn Êđen ở Từng Trời Thứ Hai. Cũng có những cổng dẫn đến Từng Trời Thứ Ba. Những cổng nầy không ở quá cao, song chỉ ở độ cao của những đám mây mà chúng ta có thể nhìn xuống từ trên máy bay.

Kinh Thánh cho chúng ta biết rằng có những cổng dẫn đến thiên đàng (Sáng Thế 7:11; 2 Các Vua 2:11; Luca 9:28-36; Công Vụ 1:9; 7:56). Do vậy khi cổng thiên đàng mở ra, chúng ta có thể đi đến những từng trời khác nhau trong thế giới thiêng liêng và những ai được cứu bởi đức tin có thể đi đến Từng Trời Thứ Ba.

Giống như đối với Âm phủ và địa ngục. Những nơi nầy cũng thuộc về thế giới thần linh, và có những cổng dẫn đến những nơi ấy nữa. Vì vậy khi người không có đức tin chết đi, họ sẽ đi xuống Âm phủ, là nơi thuộc về địa ngục, hoặc đi thẳng xuống địa ngục qua các cổng nầy.

Thế Giới Hữu Hình và Thế Giới Thần Linh Đồng Tồn Tại

Vườn Êđen thuộc Từng Trời Thứ Hai, nằm trong thế giới thiêng liêng, song khác với thế giới thiêng liêng ở Từng Trời Thứ Ba. Nó không phải là một thế giới thiêng liêng hoàn hảo vì nó có thể đồng tồn tại với thế giới hữu hình.

Nói cách khác, Vườn Êđen là một tầng cấp giữa thế giới hữu hình và thế giới thiêng liêng. Con người đầu tiên, Ađam là một loài sinh linh, song người vẫn có thân thể hữu hình được làm từ bụi đất. Do đó Ađam và Êva đã sinh sản nhiều và tăng thêm về số lượng ở đó, sinh con cái như chúng ta ngày nay (Sáng Thế 3:16).

Thậm chí sau khi con người đầu tiên Ađam đã ăn trái cây biết điều thiện, điều ác, và người đã bị đuổi khỏi nơi nầy, con cái người vẫn còn sống trong Vườn Êđen, chẳng hề biết đến sự chết, nên vẫn còn sống đến ngày nay. Vườn Êđen là nơi rất bình an, ở đây chẳng hề có sự chết. Nó được cai quản bởi quyền phép của Đức Chúa Trời và được kiểm soát dưới các luật lệ và nguyên tắc mà Ngài đã tạo đặt ra. Mặc dầu không có sự phân biệt giữa ngày và đêm, các hậu tự của Ađam vốn tự nhiên đã biết được thời gian để làm việc và nghỉ ngơi, cùng những điều tương tự.

Vườn Êđen đồng thời cũng có những nét giống với trái đất nầy. Ở đây cũng có nhiều cây cối, động vật và côn trùng, cùng những cảnh đẹp thiên nhiên vô tận. Tuy nhiên, ở đây không có núi cao, chỉ có những ngọn đồi thấp. Trên những ngọn đồi nầy, có những công trình xây dựng giống những ngôi nhà, song người ta chỉ nghỉ ngơi chứ không sống trong các công trình xây dựng đó.

Chốn Nghỉ Ngơi của Ađam và Con Cái Người

Con người đầu tiên Ađam đã sống rất lâu trong Vườn Êđen sinh sản rất nhiều tăng thêm về số lượng. Khi Ađam và con cái người còn là những sinh linh, họ tự do lên xuống đất nầy qua các cổng của Từng Trời Thứ Hai.

Vì Ađam và con cái người đến thăm đất nầy như một nơi nghỉ ngơi của họ trong một thời gian khá lâu, chúng ta nên biết rằng loài người có lịch sử từ rất lâu. Một số người lẫn lộn điều nầy với lịch sử sáu ngàn năm giáo hóa nhân loại và không tin theo Kinh Thánh.

Nếu chúng ta cẩn thận nhìn vào nền văn minh cổ xưa bí ẩn của nhân loại, chúng ta sẽ nhận biết rằng Ađam cùng con cái người đã từng tới lui đất nầy. Ví dụ, Kim Tự Tháp, Tượng Nhân Sư Xphanh của Ai-cập là những dấu ấn của Ađam và con cái người là những người đã sống ở Vườn Êđen. Những dấu ấn đó đã tìm thấy trên thế giới nầy, là những thứ đã được tạo nên một cách vô cùng tinh tế, vượt khỏi khoa học và công nghệ, là những thứ mà chúng ta không thể làm theo với kiến thức của khoa học hiện đại ngày nay.

Ví dụ, các kim tự tháp chứa đựng những sự tính toán chính xác tuyệt vời, cùng với kiến thức hình học và thiên văn học mà chúng ta chỉ có thể tìm thấy và hiểu được với những công trình nghiên cứu tiên tiến. Chúng hàm chứa rất nhiều bí ẩn mà chúng ta không thể tìm hiểu được chỉ khi chúng ta biết các chòm sao và quỹ đạo của vũ trụ. Một số người xem nền văn minh cổ xưa bí ẩn nầy như những dấu ấn của người ngoài hành tinh, song với Kinh

Thánh, chúng ta có thể giải thích được mọi thứ mà ngay cả khoa học cũng không thể hiểu được.

Dấu Ấn của Nền Văn Minh Vườn Êđen

Ađam trong Vườn Êđen có một lượng kiến thức và kỹ năng rất phi thường. Đây là kết quả mà Đức Chúa Trời đã dạy Ađam với kiến thức thật, rồi những kiến thức và hiểu biết như vậy được tích lũy, mở mang qua thời gian. Vậy nên đối với Ađam, là người đã biết mọi sự về vũ trụ đã đến chinh phục trái đất, thì chẳng có gì khó để xây dựng nên các Kim Tự Tháp và tượng Xphanh. Vì Đức Chúa Trời đã trực tiếp dạy dỗ Ađam, con người đầu tiên đã biết những điều mà chúng ta vẫn còn chưa biết hay nắm bắt được với khoa học hiện đại.

Một số kim tự tháp được xây dựng bởi kỹ năng và kiến thức của Ađam, song một số khác được xây dựng bởi con cái người, và có một số khác do con người trên đất nầy xây dựng, họ cố gắng bắt chước theo những kim tự tháp của Ađam sau một thời dựng, họ cố gắng bắt chước theo những kim tự tháp của Ađam sau một thời gian khá lâu. Tất cả các kim tự tháp nầy đều có sự khác biệt về kỹ thuật dễ nhận thấy. Điều nầy là vì chỉ có Ađam mới có thẩm quyền được ban cho từ Đức Chúa Trời để chinh phục trên hết thảy tạo vật.

Ađam đã sống trong Vườn Êđen một thời gian khá lâu, thỉnh thoảng có xuống đất nầy, song, sau khi phạm tội bất tuân, người đã bị đuổi khỏi vườn. Dầu vậy, Đức Chúa Trời vẫn chưa đóng các cổng nối liền vườn Êđen và trái đất trong một thời gian sau đó.

Vì vậy, các con cái của Ađam là những người vẫn còn sống trong Vườn Êđen tự do lui tới trái đất, khi họ đi lại thường xuyên hơn, họ lấy các con gái của loài người làm vợ (Sáng Thế 6:1-4).

Sau đó, Đức Chúa Trời đã đóng các cổng nối liền trái đất với

Vườn Êđen lại. Song sự qua lại không hoàn toàn chấm dứt, sự đó đã diễn ra dưới sự kiểm soát nghiêm ngặt chưa từng có trước đó. Chúng ta phải biết rằng hầu hết các nền văn minh cổ xưa bí ẩn và không thể hiểu được là các dấu ấn của Ađam và các con cái người đã để lại trong thời gian họ còn tự do tới lui trái đất nầy.

Lịch Sử Loài Người và Khủng Long Trên Trái Đất

Tại sao có sự hủy diệt thình lình đối với khủng long là loài đã từng sống trên đất nầy? Đây cũng là một trong những bằng chứng quan trọng cho chúng ta biết sự thật về lịch sử của loài người là bao lâu. Bí ẩn nầy chỉ có Kinh Thánh mới có thể giải thích được.

Đức Chúa Trời đã đặt loài khủng long sống trong Vườn Êđen. Chúng là loài hiền lành, song đã bị đuổi đến đất nầy vì chúng đã sa vào bẫy của Satan trong thời kỳ mà Ađam còn có thể tự do đi lại giữa vườn Êđen và trái đất nầy. Bấy giờ khủng long bị đuổi đến đất nầy, đã phải liên tục tìm kiếm thức ăn. Không như lúc chúng còn sống ở Vườn Êđen, nơi mà mọi thứ đều dư dật, trái đất nầy không thể đáp ứng nổi thức ăn cho chúng với những tấm thân to lớn để có thể đủ no. Chúng đã ăn hết hoa quả, ngũ cốc, và cây cối, rồi sau đó chúng bắt đầu ăn sạch các loài động vật. Chúng sắp sửa tàn phá môi trường và dây chuyền thức ăn. Cuối cùng Đức Chúa Trời quyết định loại chúng ra khỏi đất nầy, chúng đã bị diệt bằng lửa từ trời.

Ngày nay, nhiều học giả cho rằng loài khủng long đã sống trên đất nầy trong một thời gian lâu. Theo họ, loài khủng long đã sống hơn một trăm sáu mươi triệu năm. Tuy nhiên, không một lời công bố nào giải thích thỏa đáng về lý do tại sao có rất nhiều khủng long xuất hiện rất thình lình và rồi bị hủy diệt cũng rất thình lình. Đồng thời, nếu những con khủng long to lớn đó đã tiến hóa trong một thời gian lâu như vậy, thì chúng đã có thể ăn gì để duy trì sự sống?

Theo thuyết tiến hóa, trước khi nhiều loài khủng long xuất hiện, có rất nhiều loài sinh vật bậc thấp đã có mặt ở đó, song vẫn chưa có một bằng chứng nào về sự đó. Nói chung, đối với bất kỳ một loài hay họ động vật nào trở nên tuyệt chủng, thì chúng cũng phát triển về mặt số lượng trong một thời gian, rồi sau đó biến mất hoàn toàn. Tuy nhiên, loài khủng long đã biến mất cách thình lình.

Các học giả biện luận rằng, điều nầy là do tác động của việc thời tiết thay đổi đột ngột, vi rút, sự bức xạ gây ra bởi vụ nổ của một ngôi sao khác, hay sự va chạm của một thiên thạch lớn với trái đất. Tuy nhiên, nếu một sự thay đổi lớn như vậy đã đủ tàn khốc để giết chết toàn bộ các loài khủng long, thì hết thảy các loài động và thực vật khác cũng đã bị tuyệt chủng. Tuy nhiên, những giống loài động thực vật khác vẫn còn sống cho đến ngày nay, vì vậy sự thật không ủng hộ cho thuyết tiến hóa.

Ngay cả trước khi khủng long xuất hiện trên đất nầy, Ađam và Eva đã sống trong Vườn Êđen, thỉnh thoảng có tới lui đất nầy. Chúng ta nên biết rằng lịch sử của trái đất là rất lâu.

Chúng ta có thể rõ hơn từ "Các Bài Giảng Thuyết về Sáng Thế" mà tôi đã giảng. Bây giờ, tôi muốn nói về vẻ đẹp tự nhiên của Vườn Êđen.

Cảnh Đẹp Thiên Nhiên của Vườn Êđen

Chúng ta nằm nghỉ thỏa thích trên một đồng cỏ với đủ thứ hoa và cây xanh, những tia sáng dịu dàng ôm lấy thân thể, chúng ta nhìn lên bầu trời trong xanh ngắm nhìn những đám mây trắng trôi lơ lửng tạo thành nhiều hình thù đẹp mắt.

Mặt hồ chiếu sáng xuống sườn dốc, một cơn gió nhẹ mang theo hương thơm hoa cỏ dịu ngọt thổi qua. Chúng ta có thể có những cuộc trò chuyện vui vẻ với những người thân yêu để cảm nhận những niềm hạnh phúc. Đôi khi chúng ta có thể nằm trên những bãi cỏ rộng lớn hoặc trên những luống hoa và cảm nhận mùi hương ngọt ngào. Chúng ta cũng có thể nằm dưới bóng cây, với nhiều trái lớn và ngon, chúng ta có thể ăn tùy thích.

Ở trong hồ và biển có rất nhiều loại cá với đủ màu sắc. Nếu muốn, chúng ta có thể sang bãi biển gần bên để vui thích với những con sóng mát mẻ dễ chịu hay những bãi cát trắng tỏa sáng dưới mặt trời. Hay chúng ta có thể bơi lội như loài cá.

Những con nai, con thỏ, những con sóc đáng yêu, với những đôi mắt sáng rực và xinh đẹp, chúng đến với chúng ta và làm những cử chỉ rất dễ thương. Trong đồng cỏ rộng lớn, nhiều loài động vật cùng chung vui hòa thuận với nhau.

Đây là Vườn Êđen, nơi chỉ có sự vui thú và yên bình. Nhiều người ở đời nầy muốn có thể được rời bỏ cuộc sống bận rộn của mình để vui hưởng sự êm ả, thanh bình nầy dù chỉ trong một lúc.

Sự Sống Dư Dật trong Vườn Êđen

Chẳng cần phải khó nhọc, con người sống trong Vườn Êđen có thể ăn uống và vui hưởng cách thỏa thích. không có gì để lo lắng, bận tâm hay phiền muộn. Ở đây chỉ có hân hoan, lạc thú và yên bình, vì mọi thứ đều được vận hành bởi nguyên tắc và mệnh lệnh của Đức Chúa Trời. Con người ở đây vui hưởng sự sống đời đời dẫu cho họ chẳng phải làm lụng gì.

Vườn Êđen có môi trường cũng giống ở trái đất, hầu hết những đặc điểm ở trái đất cũng có ở đây. Song nó vẫn còn nguyên vẻ xinh đẹp và trong sáng, không giống như bản sao trên đất nầy.

Con người trong Vườn Êđen có thể sống trần mà không hổ thẹn hay gây cớ tham dục vì trong họ chỉ có điều nhân lành. Như thể trẻ thơ chơi đùa thỏa mái mà chẳng cần có thứ gì để che thân, hoàn toàn chẳng bị quấy rầy bởi ý thức về những gì người khác nghĩ hay nói.

Vườn Êđen có môi trường thích hợp với con người cho dù họ không mặc quần áo, vậy nên họ chẳng thấy khó chịu trong tình trạng tự nhiên. Thật thoải mái biết bao vì chẳng có thứ côn trùng độc hại hay gai góc nào làm hại đến da thịt!

Có một số người mặc quần áo. Họ là những người đứng đầu của những nhóm nhất định. Vườn Êđen cũng có trật tự và luật lệ của nó. Trong mỗi nhóm, có một lãnh đạo và các thành viên đều vâng phục và làm theo người đó. Những người lãnh đạo thường mặc quần áo không giống những người khác, và lại họ mặc quần áo chỉ để nói lên địa vị của mình, không để che thân, bảo vệ, hay tự làm đẹp.

Sáng Thế 3:8 có chép lại sự thay đổi về nhiệt độ trong vườn Êđen: *"Lối chiều, nghe tiếng Giêhôva Đức Chúa Trời đi ngang qua vườn, Ađam và vợ ẩn mình giữa bụi cây để tránh mặt Giêhôva Đức Chúa Trời."* Chúng ta hình dung rằng con người ở trong vườn Êđen có cảm giác "mát mẻ". Song, điều nầy không có nghĩa rằng họ phải chịu đổ mồ hôi trong ngày nóng bức hay hay lạnh run người trong những ngày lạnh như họ phải chịu trên đất nầy.

Vườn Êđen luôn có nhiệt độ thoải mái nhất, độ ẩm, và gió, hầu cho sự thay đổi thời tiết chẳng hề khiến họ thấy khó chịu.

Cũng chẳng có ngày và đêm ở Vườn Êđen. Sự sáng của Giêhôva Đức Chúa Trời luôn bao phủ nó nên ở đây chẳng hề có đêm. Người ta có thời gian để nghỉ ngơi, và người ta dựa vào sự thay đổi nhiệt độ để phân biệt giữa thời gian làm việc với thời gian nghỉ ngơi.

Tuy nhiên, sự thay đổi nhiệt độ nầy là không đáng kể đến mức khiến người ta cảm thấy ấm áp hay lạnh lẽo cách đột ngột. Bèn là khiến họ cảm thấy dễ chịu để nghỉ ngơi trong cơn gió nhẹ.

Con Người Được Nuôi Dưỡng trên Đất

Êđen là vô cùng, song, nó không thể so sánh được với bất cứ Vườn Êđen là nơi rộng và lớn đến nỗi chúng ta không thể hình dung được. Nó lớn hơn trái đất khoảng một triệu lần. Từng Trời Thứ Nhất (Thiên Đàng Thứ Nhất) nơi người ta chỉ có thể sống được bảy hoặc tám mươi năm dường như vô tận, trải ra từ hệ mặt trời của chúng ta đến bên kia dãi ngân hà. Vậy thì Vườn Êđen sẽ rộng lớn hơn Từng Trời Thứ Nhất biết bao, nơi mà con người sinh sôi nẩy nở ngày một thêm nhiều và chẳng hề biết đến sự chết?

Mặc dầu sự xinh đẹp, dư dật, và rộng lớn của Vườn nơi nào ở thiên đàng. Ngay cả Barađi, là Quảng Trường Chờ Đợi ở thiên đàng, cũng là một nơi vui thú và xinh đẹp hơn nhiều. Sự sống đời đời ở Vườn Êđen thì khác hẳn so với sự sống đời đời ở thiên đàng.

Thế thì qua việc suy gẫm về kế hoạch của Đức Chúa Trời, tiến trình Ađam bị đuổi khỏi Vườn Êđen rồi đến sống trên đất nầy, chúng ta nhận biết được sự khác nhau giữa Vườn Êđen và Quảng Trường Chờ Đợi ở thiên đàng là thể nào.

Cây Biết Điều Thiện và Điều Ác trong Vườn Êđen

Con người đầu tiên Ađam đã có thể ăn uống tùy thích, chinh phục mọi loài tạo vật, và sống vĩnh hằng trong Vườn Êđen. Tuy nhiên, trong Sáng Thế 2:16-17, Đức Chúa Trời phán cùng con người rằng, *"Ngươi được tự do ăn hoa quả các thứ cây trong vườn; nhưng về cây biết điều thiện và điều ác thì chớ hề ăn đến; vì một mai ngươi ăn chắc sẽ chết."* Mặc dầu Đức Chúa Trời đã ban cho Ađam một thẩm quyền rất lớn và ý chí tự do để chinh phục hết thảy mọi loài tạo vật, Ngài nghiêm cấm Ađam về việc ăn trái cây biết điều thiện và điều ác. Trong Vườn Êđen, có rất nhiều loại trái cây đủ màu sắc, xinh đẹp, và ăn ngon đến nỗi chẳng có một loại nào trên đất nầy có thể so sánh được. Đức Chúa Trời đã ban cho Ađam mọi thứ trái cây, người có thể ăn chúng tùy ý mình.

Dầu vậy, ngoại trừ trái của cây biết điều thiện và điều ác. Qua việc nầy, chúng ta nên hiểu rằng, mặc dầu Đức Chúa Trời biết Ađam sẽ ăn trái cây biết điều thiện và điều ác, Ngài chẳng cứ để mặc cho Ađam phạm tội. Như nhiều người nhầm tưởng, có phải chăng Đức Chúa Trời đã cố tình thử thách Ađam bằng cách dựng nên cây biết điều thiện và điều ác, biết rằng Ađam sẽ làm việc đó, Ngài đã không phán dặn rất rõ ràng. Vậy chúng ta biết Đức Chúa Trời đã không cố ý đặt cây biết điều thiện và điều ác nhằm cho Ađam ăn trái của nó hoặc để thử người.

Như có lời chép trong Giacơ 1:13, *"Chớ có ai đương bị cám dỗ mà nói rằng: Ấy là Đức Chúa Trời cám dỗ tôi; vì Đức Chúa Trời chẳng bị sự ác nào cám dỗ được, và chính Ngài cũng không cám dỗ ai."* Chính Đức Chúa Trời chẳng hề cám dỗ bất kỳ ai.

Vậy, tại sao Đức Chúa Trời đã dựng nên cây biết điều thiện và điều ác trong Vườn Êđen?

Sở dĩ chúng ta cảm thấy hân hoan, vui mừng, hạnh phúc, là vì chúng ta đã có kinh nghiệm về những cảm xúc trái ngược, buồn rầu, đau đớn, và thất vọng. Cũng vậy, nếu chúng ta biết rằng điều thiện, lẽ thật, và sự sáng là tốt, ấy là vì chúng ta đã có kinh nghiệm và biết rằng điều ác, sự dối trá và sự tối tăm là xấu.

Nếu chúng ta chưa có kinh nghiệm về sự tương đối nầy, chúng ta chẳng thể cảm nhận được trong lòng về tình yêu, điều thiện lành, và niềm hạnh phúc là những điều tốt đẹp như thế nào, cho dù chúng ta đã có nghe và biết những điều đó trong đầu.

Ví dụ, có thể nào một người chẳng hề bị đau ốm, hoặc chưa từng thấy ai đau ốm, mà biết được nỗi đau của bệnh tật chăng?

Người ấy sẽ chẳng thể biết rằng khỏe mạnh là điều tốt. Cũng như một người chưa bao giờ ở trong hoàn cảnh túng thiếu, cũng chẳng hề biết đến ai ở trong hoàn cảnh thiếu thốn, anh ta có thể hiểu được gì về sự nghèo khó chăng? Hạng người nầy sẽ chẳng thể biết rằng sự giàu có là một điều "tốt", không kể anh ta có thể giàu có đến bực nào. Đồng thể ấy, nếu người ta chưa hề biết đến sự nghèo khó, thì họ không thể có một tấm lòng biết ơn chân thành.

Nếu người ta không biết chân giá trị của những điều phước hạnh mà họ có, thì họ cũng không biết được giá trị của hạnh phúc mà họ vui hưởng. Song, nếu người đã được biết đến nỗi đau đớn của bệnh tật và nỗi khổ của sự nghèo khó, thì người ta sẽ đầy lòng tạ ơn vì sự phước hạnh đến từ việc được khỏe mạnh và được giàu có. Đây chính là lý do mà Đức Chúa Trời đã dựng nên cây biết điều thiện và điều ác.

Thế thì, Adam và Eva, người đã bị đuổi khỏi Vườn Êđen, đã biết được tính tương đối nầy và đã nhận biết được tình yêu và phước hạnh mà Đức Chúa Trời đã ban cho họ. Chỉ khi đó họ mới có thể trở thành con cái thật của Đức Chúa Trời, là những ai biết được hạnh phúc và sự sống đích thực.

Tuy nhiên, Đức Chúa Trời đã không cố ý dẫn Ađam vào con đường ấy. Ađam với ý chí tự do của mình đã chọn con đường bất tuân mạng lệnh của Đức Chúa Trời. Bởi tình yêu và sự công chính của Ngài, Đức Chúa Trời đã hoạch định sẵn chương trình trưởng dưỡng nhân loại.

Sự Lo Liệu của Đức Chúa Trời cho Công Cuộc Trưởng Dưỡng Nhân Loại

Khi con người bị đuổi khỏi Vườn Êđen, họ bắt đầu được tu dưỡng trên đất nầy, họ phải trải qua đủ thứ khốn khổ, như nước mắt, buồn rầu, đau đớn, bệnh tật, và sự chết. Song điều nầy dẫn họ đến việc nhận biết được niềm hạnh phúc thật và vui hưởng sự sống đời đời ở thiên đàng, với lòng biết ơn vô hạn.

Bởi vậy, việc làm cho chúng ta trở nên con cái thật của Ngài qua công cuộc trưởng dưỡng nầy chỉ là một điển hình về tình yêu và kế hoạch kỳ diệu của Đức Chúa Trời. Cha mẹ sẽ không cảm thấy phí phạm thời gian để rèn luyện và đôi khi phải hình phạt con cái nếu điều nầy khiến con cái họ thay đổi và dẫn đến thành công. Đồng thời, nếu con cái tin tưởng vào vinh quang mà chúng sẽ đạt được trong tương lai, chúng sẽ kiên nhẫn và vượt qua mọi hoàn cảnh khó khăn và trở ngại.

Như vậy, nếu chúng ta nghĩ đến niềm hạnh phúc đích thực mà chúng ta sẽ vui hưởng ở thiên đàng, thì việc được tu dưỡng trên đất nầy chẳng phải là điều khó khăn hay đau đớn. Bèn là chúng ta dâng lời cảm tạ về việc có thể sống theo lời Chúa vì chúng ta hy vọng về vinh quang mà chúng ta sẽ có được sau nầy.

Vậy ai là những người được Đức Chúa Trời thương yêu hơn –những người thật lòng biết ơn Đức Chúa Trời sau khi trải qua nhiều gian khổ trên đất, hay những người sống ở Vườn Êđen là những người không thật sự đánh giá đúng những gì họ có, dẫu cho họ đang sống trong một môi trường vô cùng xinh đẹp và sung túc?

Đức Chúa Trời đã trưởng dưỡng Ađam, người bị đuổi khỏi Vườn Êđen, và đang trưởng dưỡng hậu tự của người trên đất nầy nhằm khiến họ trở nên con cái thật của Ngài. Khi công cuộc trưởng dưỡng qua đi, những chỗ ở đã được sắm sẵn trên thiên đàng, lúc bấy giờ Chúa sẽ trở lại. Nếu được sống ở thiên đàng, chúng ta sẽ có được niềm hạnh phúc đời đời, vì ngay cả miền thấp nhất của thiên đàng thì sự xinh đẹp ở Vườn Êđen cũng không thể nào sánh nỗi.

Vì vậy, chúng ta hãy nhận biết sự sắm sẵn của Đức Chúa Trời

trong công cuộc trưởng dưỡng nhân loại để cố gắng trở thành con cái thật của Ngài là những kẻ vâng giữ và làm theo Lời Ngài.

Quảng Trường Chờ Đợi ở Thiên Đàng

Hậu tự của Ađam, người đã bội nghịch Đức Chúa Trời, phải chịu lấy số phận chết một lần, rồi phải ứng trình trước Tòa Lớn (Hêbơrơ 9:27). Và lại, linh hồn của con người là bất diệt, nên chúng phải đi vào một trong hai nơi, thiên đàng hay địa ngục.

Dầu vậy, chúng không trực tiếp đi vào thiên đàng hay địa ngục, bèn là đến Quảng Trường Chờ Đợi tại thiên đàng hay tại địa ngục. Vậy, Quảng Trường Chờ Đợi tại thiên đàng nơi con cái Đức Chúa Trời ở là nơi như thế nào?

Cuối Cùng, Linh Hồn Con Người Lìa Khỏi Xác

Khi người ta chết, linh hồn lìa khỏi xác. Sau sự chết, hễ ai chẳng biết điều nầy sẽ hết sức ngạc nhiên khi họ nhìn thấy chính mình nằm xuống. Dẫu cho người ấy là một kẻ tin, thật lạ lùng biết bao ngay khi linh hồn họ lìa khỏi xác mình?

Khi đi vào thế giới bốn chiều từ thế giới ba chiều là nơi chúng ta đang sống, mọi thứ đều khác lạ. Thể xác cảm thấy rất nhẹ và chúng ta thấy mình như đang bay. Song, bấy giờ chúng ta chưa hoàn toàn tự do, ngay cả khi linh hồn chúng ta lìa khỏi xác.

Giống như những chú chim non không thể bay được ngay tức thời cho dù chúng được sinh ra với đôi cánh của mình, chúng ta vẫn phải chờ ít lâu để thích nghi với thế giới thần linh và học biết những điều cơ bản.

Cho nên những ai chết trong niềm tin Đấng Christ, được hai thiên sứ giúp đỡ và đi đến Thượng Tầng Âm Phủ. Ở đó, người ta sẽ học biết về sự sống ở thiên đàng từ các thiên sứ hoặc các đấng tiên tri.

Khi đọc Kinh Thánh, chúng ta thấy nhận biết có hai loại âm phủ. Những tổ phụ đức tin như Giacốp và Gióp nói rằng sau khi chết họ sẽ xuống âm phủ (Sáng Thế 37:35; Gióp 7:9). Côrê và phe của nó là những kẻ chống nghịch Môise, người của Đức Chúa Trời, đã bị âm phủ há miệng ra và nuốt sống (Dân Số 16:33).

Luca 16 khắc họa chân dung một người giàu và một kẻ ăn mày có tên là Laxarơ đi xuống âm phủ sau khi chết, và họ nhận ra rằng mình không ở cùng một "âm phủ." Người giàu rất khốn khổ trong lửa hừng, trong khi đó Laxarơ yên nghỉ bên cạnh Ápraham ở tận đằng xa.

Tương tự như vậy, cũng có âm phủ cho những kẻ được cứu, trong khi đó cũng có âm phủ khác cho những kẻ không được cứu. Âm phủ mà Côrê cùng phe nó, và kẻ giàu đến là Âm Ty thuộc về địa ngục, song, âm phủ nơi mà Laxarơ đến là Thượng Tầng Âm Phủ là nơi thuộc về thiên đàng.

Ba Ngày Ở Thượng Tầng Âm Phủ

Trong thời Cựu Ước, những người được cứu đã chờ đợi ở Thượng Tầng Âm Phủ. Từ khi Ápraham, tổ phụ đức tin, phụ trách về Thượng Tầng Âm Phủ, kẻ ăn mày Laxarơ được ở trong vòng tay người, Luca 16. Tuy nhiên, sau khi Chúa Jêsus sống lại và về trời, những người được cứu không còn đến Thượng Tầng Âm Phủ, bên cạnh Ápraham nữa. Họ sẽ ở nơi Thượng Tầng Âm Phủ trong ba ngày, rồi sau đó đi đến một nơi trong Barađi. Ấy là, họ sẽ ở với Chúa tại Quảng Trường Chờ Đợi ở thiên đàng.

Như Chúa Jêsus có nói trong Giăng 14:2, *"Ta đi sắm sẵn cho các ngươi một chỗ,"* sau khi Ngài phục sinh và thăng thiên,

Chúa chúng ta đã đi sắm sẵn chỗ ở cho những kẻ tin. Vậy nên, từ khi Đức Chúa Trời bắt đầu chuẩn bị chỗ ở cho con cái Ngài, những người được cứu đã ở tại Quảng Trường Chờ Đợi, một nơi ở Barađi.

Một số người tự hỏi rằng, từ buổi sáng thế đến nay làm sao Barađi có đủ chỗ cho những người được cứu, song chẳng cần phải lo lắng. Thậm chí ngay cả hệ mặt trời mà trái đất chúng ta thuộc về cũng chỉ là một điểm nhỏ so với ngân hà. Vậy thì ngân hà rộng đến dường nào? Song so với vũ trụ, ngân hà chỉ là một điểm nhỏ. Như vậy vũ trụ nầy rộng đến dường nào?

Vả lại, vũ trụ nầy chỉ là một trong nhiều vũ trụ, vậy nên việc muốn biết được kích cỡ của toàn vũ trụ là điều không thể. Nếu thế giới hữu hình nầy là rộng lớn vô cùng, thì huống chi là thế giới thần linh sẽ rộng lớn biết bao nhiêu?

Quảng Trường Chờ Đợi ở Thiên Đàng

Vậy, Quảng Trường Chờ Đợi ở thiên đàng nơi những người được cứu đến ở sau khi họ trải qua ba ngày trong thời gian chuẩn bị ở nơi Thượng Tầng Âm Phủ là nơi như thế nào?

Khi nhìn thấy cảnh đẹp, người ta thường thốt lên: "Đây là thiên đàng giữa trần gian," hay, "Giống như Vườn Địa Đàng!" Tuy nhiên, đối với Vườn Êđen thì chẳng có một cảnh đẹp nào ở thế gian nầy sánh nổi. Ở Vườn Êđen, người ta có cuộc sống kỳ diệu như mơ, hạnh phúc trọn vẹn, bình yên và vui mừng. Dẫu vậy, điều tốt đẹp ấy chỉ là trong cái nhìn của người ở thế gian. Một khi về thiên đàng, chúng ta sẽ thay đổi ngay ý niệm đó.

Vườn Êđen là nơi mà trái đất nầy không thể sánh được, sự đó cũng giống như vậy giữa thiên đàng và Vườn Êđen. Có sự khác biệt giữa niềm hạnh phúc ở Vườn Êđen là nơi thuộc về Từng Trời Thứ Hai, với niềm hạnh phúc tại Quảng Trường Chờ Đợi ở Barađi nơi Từng Trời Thứ Ba. Vì những người ở Vườn Êđen là những con người chưa được Đức Chúa Trời rèn luyện và tu dưỡng.

Để hiểu rõ hơn, chúng ta hãy nhìn xem một ví dụ nầy. Trước khi có điện, những người tiền bối đã sử dụng đèn dầu. So với đèn điện mà chúng ta hiện có ngày nay, thì những đèn dầu ấy thật quá u ám, song, trong đêm tối không ánh sáng, thì chúng thật quý báu. Dẫu vậy, sau khi phát triển và biết cách sử dụng điện, chúng ta đã có đèn điện. Đối với ai cả đời chỉ biết đến đèn dầu, thì đèn điện sẽ khiến họ kinh ngạc và mê ly bởi sự sáng của nó.

Nếu nói rằng thế gian nầy đầy dẫy sự tối tăm mà chẳng hề có sự sáng, thì chúng ta có thể nói rằng Vườn Êđen là nơi có những chiếc đèn dầu, và thiên đàng là nơi có ánh sáng của đèn điện. Mặc dầu cùng là đèn, song ánh sáng của đèn dầu và đèn điện là khác xa nhau, cũng vậy, Quảng Trường Chờ Đợi ở thiên đàng có sự khác xa so với Vườn Êđen.

Quảng Trường Chờ Đợi Nằm Cạnh Barađi

Quảng Trường Chờ Đợi ở thiên đàng ngự tọa bên cạnh Barađi. Đây là nơi dành cho những kẻ có ít đức tin, và là nơi cách xa Ngai Đức Chúa Trời nhất. Song, là nơi rất rộng lớn.

Những ai đang chờ đợi bên cạnh Barađi thì được học biết những sự thiêng liêng từ các đấng tiên tri. Họ học biết về Đức Chúa Trời Ba Ngôi, thiên đàng, nguyên tắc của thế giới thần linh, v.v. Phạm vi của kiến thức nầy là vô hạn. Vậy nên việc học là vô cùng. Tuy nhiên việc học biết về những điều thiêng liêng thì chẳng hề nhàm chán hay khó khăn, không giống như việc học hành ở thế gian nầy. Càng học chúng ta càng thấy ngạc nhiên và vui thích, do vậy mọi thứ càng trở nên thanh nhã hơn.

Ngay trên đất nầy, những ai có tấm lòng trong sạch và nhu mì có thể trò chuyện được với Đức Chúa Trời và có được sự hiểu biết thiêng liêng. Nhờ mắt thuộc linh được mở ra, một số trong những người nầy có thể nhìn thấy được những sự thiêng liêng. Cũng có một số người có thể nhận biết những sự thiêng liêng nhờ sự cảm động của Đức Thánh Linh. Họ có thể được biết về đức tin hay những nguyên tắc để lời cầu nguyện được nhậm, đến nỗi ngay trên thế giới hữu hình nầy, họ cũng có thể biết được quyền năng của Đức Chúa Trời là thuộc về sự thiêng liêng.

Nếu chúng ta có thể học biết về những vấn đề thiêng liêng và có kinh nghiệm về những điều ấy trong thế giới hữu hình nầy, tinh thần chúng ta sẽ càng trở nên sung mãn và vui sướng hơn. Vậy thì sự vui mừng và hạnh phúc sẽ nhiều hơn biết bao nếu chúng ta có thể học biết về sự sâu nhiệm của những điều thuộc về thiêng liêng tại Quảng Trường Chờ Đợi ở thiên đàng!

Nghe Tin về Thế Gian

Cuộc sống mà những người ở Quảng Trường Chờ Đợi nơi thiên đàng vui hưởng là cuộc sống ra sao? Họ kinh nghiệm được sự bình an thật và chờ đợi để đi đến nơi ở đời đời nơi thiên đàng. Họ chẳng thiếu thốn gì, họ vui hưởng hạnh phúc và sự vui thích. Họ không lãng phí thời gian, song tiếp tục học rất nhiều thứ từ các thiên sứ và những đấng tiên tri.

Trong số họ, có những những người được chọn làm kẻ đứng đầu và họ sống có trật tự. Họ bị cấm nghẹt, không cho xuống thế gian nầy, vậy nên họ luôn muốn biết về những gì đang xảy ra ở đất nầy. Họ không tìm hiểu về những chuyện phàm tục, bèn là những vấn đề có liên quan đến vương quốc Đức Chúa Trời, chẳng hạn như, "Hội thánh mà tôi đã từng phục vụ hiện nay ra sao? Hội thánh đã hoàn thành trách nhiệm được giao đến đâu?

Sứ mạng truyền giáo toàn cầu tiến triển ra sao?"

Vì vậy họ rất muốn được nghe tin tức về thế gian qua các thiên sứ là những kẻ có thể xuống được thế gian nầy, hoặc qua những tiên tri ở Giêrusalem Mới.

Có lần Đức Chúa Trời đã khải tỏ về những thành viên thuộc hội thánh tôi là những người hiện đang ở tại Quảng Trường Chờ Đợi trên thiên đàng. Họ đang cầu nguyện tại những nơi biệt riêng và luôn chờ nghe tin tức về hội thánh mình. Họ đặc biệt quan tâm đến bổn phận mà hội thánh chúng tôi đã nhận lãnh, ấy là sứ mệnh truyền giáo toàn cầu, và xây dựng Hội Thánh Huy Hoàng. Họ rất vui mừng mỗi khi nghe những tin tức phước hạnh. Vì vậy khi nghe tin về các chiến dịch hải ngoại của chúng tôi đã làm vinh hiển danh Chúa, họ vui mừng và hài lòng đến mức đã tổ chức lễ hội ăn mừng.

Cũng giống như vậy, những người ở Quảng Trường Chờ Đợi trên thiên đàng đang trải qua những thời kỳ hạnh phúc và vui vẻ, thi thoảng nghe tin về thế gian nầy.

Trật Tự Nghiêm Ngặt ở Quảng Trường Chờ Đợi trên thiên đàng

Mỗi người có tầm thước đức tin khác nhau, và sẽ được vào những nơi ở khác nhau trên thiên đàng sau Ngày Phán Xét. Hiện nay họ đang ở tại Quảng Trường Chờ Đợi trên thiên đàng, song trật tự ở đây được tuân thủ cách chính xác. Những người có ít đức tin sẽ bày tỏ lòng tôn kính đối với những ai có đức tin lớn hơn qua thái độ trọng thị. Trật tự thiên thượng không căn cứ theo địa vị ở thế gian, bèn là dựa vào mức độ nên thánh và sự trung tín trong nhiệm vụ được giao từ Đức Chúa Trời.

Như vậy, các trật tự được tuân thủ nghiêm ngặt vì Đức Chúa Trời của sự công chính đang trị vì trên thiên đàng. Vì trật tự ở đây được quyết định dựa trên khôn ngoan của sự sáng, mức độ nhơn lành, và tầm vóc tình yêu của mỗi kẻ tin, hết thảy đều thuận phục. Ở thiên đàng mọi người đều tuân theo trật tự thiên thượng vì trong tâm trí của những kẻ được cứu chỉ có điều thiện lành.

Tuy nhiên, trật tự và các vinh quang khác nhau nầy không nhằm mang đến một sự vâng phục ép buộc. Điều nầy chỉ đến từ những tấm lòng ngay thẳng và chân thành. Vậy nên, ở Quảng Trường Chờ Đợi trên thiên đàng, người ta tôn trọng những ai trên mình bằng tất cả tấm lòng và bày tỏ sự tôn kính đó bằng cách chào hỏi cung kính, vì họ có bổn tánh tự nhiên cảm biết được trật tự thiên thượng nầy.

Người Ta Không Ở Luôn Trong Quảng Trường Chờ Đợi

Hết thảy những ai sẽ được vào nơi ở của riêng mình sau Ngày Phán Xét, hiện nay đang kiều ngụ tại ngoại biên Brađi, Quảng Trường Chờ Đợi trên thiên đàng. Dẫu vậy, cũng có một vài trường hợp ngoại lệ. Những người được vào Giêrusalem Mới, nơi đẹp nhất trên thiên đàng, thì sẽ được đi thẳng đến nơi đó và hầu việc Đức Chúa Trời. Đây là những người có tấm lòng của Chúa, tấm lòng trong sáng và xinh đẹp như pha lê, họ ở trong tình yêu và sự quan tâm đặc biệt của Đức Chúa Trời.

Họ Sẽ Hầu Việc Đức Chúa Trời ở Giêrusalem Mới

Những tổ phụ đức tin của chúng ta, là những người đã được nên thánh, và trung tín mọi sự trong cả nhà Chúa, như Êli, Hênóc, Ápraham, Môise, và sứ đồ Phaolô, hiện nay đang ở đâu? Phải chăng họ đang ở tại vùng ngoại biên Barađi, Quảng Trường

Chờ Đợi ở thiên đàng? Hẳn không phải vậy. Vì những người nầy đã hoàn toàn nên thánh và có tấm lòng giống Chúa, họ đang ở tại Giêrusalem Mới. Bấy giờ, vì sự phán xét chưa đến, họ chưa thể vào nơi ở đời đời của mình.

Vậy họ đang ở đâu trong Giêrusalem Mới? Đây là nơi có chiều rộng, chiều dài và chiều cao mỗi bề một ngàn năm trăm dặm, có một vài nơi thánh có chiều kích khác nhau. Có một nơi dành cho Ngai Đức Chúa Trời, nhà cửa đang được xây dựng ở một vài nơi, và các nơi khác là nơi mà những tổ phụ đức tin của chúng ta đã có ở đó tại Giêrusalem Mới, đang dự phần vào công việc của Đức Chúa Trời.

Tổ phụ đức tin của chúng ta ở tại Giêrusalem Mới đang mong chờ đến ngày đi vào nơi ở đời đời của mình, đương khi dự phần cùng Đức Chúa Trời trong việc chuẩn bị nơi ở cho chúng ta, họ rất mong được vào nơi ở đời đời của mình vì điều đó xảy đến chỉ sau sự Hiện Đến Lần Hai của Chúa Jêsus trên không trung, Bảy Năm Tiệc Cưới, và thời đại Hoàng Kim trên đất.

Trong 2 Timôthê 4:7-8, sứ đồ Phaolô, người đầy lòng hy vọng về thiên đàng, đã xưng nhận như sau.

> *Ta đã đánh trận tốt lành, đã xong sự chạy, đã giữ được đức tin. Hiện nay mão triều thiên của sự công bình đã để dành cho ta; Chúa là quan án công bình, sẽ ban mão ấy cho ta trong ngày đó, không những cho ta mà thôi, nhưng cũng cho mọi kẻ yêu mến sự hiện đến của Ngài.*

Những ai tham gia vào cuộc chiến sống còn và hy vọng về sự trở lại của Chúa, đều có một hy vọng rõ ràng đến nơi ở và phần thưởng trên thiên đàng. Loại đức tin và hy vọng nầy có thể khiến chúng ta biết nhiều hơn về những sự thiêng liêng, vì vậy Đức

Chúa Trời đã khải tỏ rất nhiều về thiên đàng.

Vườn Êđen ở Vương Quốc Thiên Đàng Thứ Hai hay Quảng Trường Chờ Đợi ở Vương Quốc Thiên Đàng Thứ Ba đều là nơi xinh đẹp hơn hẳn thế gian nầy, song những nơi nầy thậm chí không thể đem so sánh với vẻ lộng lẫy huy hoàng của Giêrusalem Mới là nơi có Ngai Đức Chúa Trời ngự tọa.

Vì vậy, trong danh Chúa tôi cầu nguyện hầu cho anh em không những chỉ chạy cuộc đua về Giêrusalem Mới với đức tin và hy vọng như của sứ đồ Phaolô, mà còn đưa nhiều linh hồn đến với con đường cứu rỗi qua việc rao truyền phúc âm cho dù phải trả giá bằng chính mạng sống mình.

❧ Chương 3 ☙

Bảy Năm Đại Tiệc Cưới

Phước thay và thánh thay những kẻ được phần về sự sống lại thứ nhất; Sự chết thứ nhì không có quyền gì trên những người ấy, song những người ấy sẽ làm thầy tế lễ của Đức Chúa Trời và của Đấng Christ, cùng sẽ trị vì với Ngài trong một ngàn năm.

- Khải Huyền 20:6

Trước khi chúng ta nhận thưởng và bắt đầu cuộc sống đời đời trên thiên đàng, chúng ta phải qua sự phán xét trước Tòa Trắng. Trước ngày Đại Phán Xét, sẽ xảy ra sự Hiện Đến Lần Hai của Chúa trên không trung, Bảy Năm Đại Tiệc Cưới, Chúa trở lại thế gian, và Thời Đại Hoàng Kim.

Đó là những gì Đức Chúa Trời đã sắm sẵn để yên ủi con cái yêu dấu của Ngài là những kẻ đã bền giữ đức tin trên đất, và cho họ biết được sự tốt đẹp của thiên đàng.

Vậy nên, những kẻ tin vào sự Hiện Đến Lần Hai của Chúa và hy vọng được gặp Ngài, là tân lang của chúng ta, sẽ trông chờ Bảy Năm Đại Tiệc Cưới, và Thời Đại Hoàng Kim. Lời Đức Chúa Trời được chép trong kinh Thánh là lẽ thật và cho đến ngày nay tất cả các lời tiên tri đã và đang được ứng mghiệm.

Chúng ta hãy trở nên một tín đồ khôn ngoan và cố gắng trau dồi chính mình để xứng đáng là tân nương của Ngài, biết rằng nếu chúng ta không tỉnh thức để sống theo Lời Chúa, thì ngày Chúa đến như kẻ trộm và chúng ta sẽ sa vào sự chết.

Hãy nhìn cụ thể vào những điều kỳ diệu mà con cái Đức Chúa Trời sẽ được biết đến trước khi họ bước vào thiên đàng là nơi xinh đẹp và trong sáng như pha lê.

Sự Hiện Đến Của Chúa Jêsus và Bảy Năm Đại Tiệc Cưới

Trong Rôma 10:9, sứ đồ Phaolô có chép rằng *"Vậy nếu miệng ngươi xưng Đức Chúa Jêsus ra và lòng ngươi tin rằng Đức Chúa Trời đã khiến Ngài từ kẻ chết sống lại, thì ngươi sẽ được cứu."* Để được cứu rỗi, chúng ta không những chỉ xưng nhận Chúa Jêsus là Chúa của mình mà còn tin trong lòng rằng Ngài đã chịu chết và sống lại từ cõi chết.

Nếu chúng ta không tin vào sự sống lại của Chúa Jêsus, chúng ta cũng sẽ chẳng tin chính mình sẽ sống lại lúc Chúa Hiện Đến Lần Hai. Thậm chí chúng ta cũng sẽ chẳng thể tin vào sự trở lại của Chúa. Nếu không tin rằng có thiên đàng và địa ngục, thì chúng ta sẽ chẳng đủ sức để sống theo Lời Chúa, và chúng ta sẽ chẳng được cứu rỗi.

Mục Tiêu Tối Thượng Của Đời Sống Cơ Đốc Nhân

Trong 1 Côrinhtô 15:19, có chép rằng, *"Nếu chúng ta chỉ có sự trông cậy trong Đấng Christ về đời nầy mà thôi, thì trong cả mọi người, chúng ta là kẻ khốn nạn hơn hết."* Con cái của

Đức Chúa Trời, không như những kẻ chẳng tin ở đời nầy, đến hội thánh và tham gia vào các lễ thờ phượng trong mỗi Chúa Nhật, họ hầu việc Chúa bằng nhiều cách. Để có thể sống theo lời Chúa, họ thường kiêng ăn, và khuya sớm hết lòng cầu nguyện trong nhà Chúa, thậm chí phải hy sinh cả nhu cầu nghỉ ngơi của mình.

Họ cũng chẳng tìm kiếm lợi lộc cho riêng mình, bèn là phục vụ người khác và tận hiến cho vương quốc Đức Chúa Trời. Vậy nên, nếu chẳng có thiên đàng, thì những kẻ trung tín là những kẻ khốn nạn hơn hết. Song, chắc chắn rằng, Chúa sẽ trở lại để đem chúng ta về với thiên đàng, Ngài đang sắm sẵn một nơi xinh đẹp cho chúng ta. Ngài sẽ ban thưởng tùy vào những gì chúng ta đã gieo ra và đã làm xong ở thế gian nầy.

Đức Chúa Jêsus có Phán trong Mathiơ 16:27 rằng, *"Vì Con người sẽ ngự trong sự vinh hiển của Cha mình mà giáng xuống cùng các thiên sứ, lúc đó, Ngài sẽ thưởng cho từng người, tùy việc họ làm."* Ở đây, "ban thưởng tùy vào công việc mà người đã làm" không đơn giản chỉ có nghĩa là vào thiên đàng hay xuống địa ngục. Ngay cả những kẻ tin đã được vào thiên đàng, phần thưởng và vinh quang được ban cho mỗi người cũng khác nhau tùy vào việc họ đã sống như thế nào ở đời nầy.

Một số người bực bội và sợ hãi khi nghe ngày Chúa trở lại đang đến gần. Nếu chúng ta thật lòng yêu mến Chúa và hy vọng về thiên đàng, ắt hẳn chúng ta sẽ rất mong sớm được gặp Chúa. Nếu xưng bằng môi miếng rằng, "Lạy Chúa, con yêu Ngài," song chẳng muốn hoặc sợ hãi khi nghe về ngày Chúa trở lại đang đến gần, thì không thể nói rằng chúng ta thật lòng yêu mến Ngài.

Vậy, chúng ta hãy chờ đón Chúa là tân lang mình với sự vui mừng và luôn trông mong sự Hiện Đến Lần Hai của Ngài và chuẩn bị chính mình như một tân nương.

Sự Hiện Đến Lần Hai Của Chúa Trên Không Trung

Có lời chép trong 1 Têsalônica 4:16-17 rằng, *"Vì sẽ có tiếng kêu lớn và tiếng của thiên sứ lớn cùng tiếng kèn của Đức Chúa Trời, thì chính mình Chúa ở trên trời giáng xuống; bấy giờ những kẻ chết trong Đấng Christ sẽ sống lại trước hết. Kế đến chúng ta là kẻ sống, mà còn ở lại, sẽ cùng nhau đều được cất lên với những người ấy giữa đám mây, tại nơi không trung mà gặp Chúa, như vậy chúng ta sẽ ở cùng Chúa luôn luôn."*

Khi Chúa trở lại trên không trung, mỗi một con cái của Ngài sẽ biến đổi thành thân thể phi vật chất và được cất lên để gặp Chúa. Những kẻ đã tin và chết, xác họ đã chôn cất, song linh hồn đang chờ đợi ở Barađi. Những người nầy được xem là "ngủ trong Chúa." Linh hồn của họ sẽ kết hiệp với thân thể thánh đã được biến đổi từ bụi đất, thân thể đã chôn. Họ sẽ cùng những người còn đang sống là những người được biến đổi thành thân thể phi vật chất, cùng nhau lên gặp Chúa trên không trung.

Đức Chúa Trời Tổ Chức Đại Tiệc Cưới Trên Không Trung

Khi Chúa hiện đến trên không trung, mọi người được cứu từ buổi sáng thế sẽ tiếp đón Ngài với tư cách là chàng rể. Lúc bấy giờ, Đức Chúa Trời sẽ mở Bảy Năm Đại Tiệc Cưới để yên ủi con cái Ngài là những kẻ được cứu bởi đức tin. Dĩ nhiên, sau đó họ sẽ nhận thưởng về những việc mình đã làm. Song, bấy giờ Đức Chúa Trời vẫn mở đại tiệc trên không trung để yên ủi hết thảy con cái của Ngài.

Ví như có một tướng quân thắng trận khải hoàn trở về, lúc đó vua sẽ làm gì? Vua ấy sẽ trọng thưởng người với nhiều phần thưởng đặc biệt. Người ấy có thể được ban cho ruộng đất, nhà cửa hay tiền bạc, và Ngài cũng mở tiệc để báo đáp công lao của người.

Cùng một thể ấy, Đức Chúa Trời ban cho con cái Ngài chỗ ở và phần thưởng trên thiên đàng sau ngày Phán Xét Lớn, song trước đó, Ngài cũng mở Đại Tiệc Cưới hầu cho con cái Ngài được vui vẻ và cùng nhau chia sẻ niềm hân hoan. Mặc dù việc làm của mỗi người cho vương quốc Đức Chúa Trời khi còn ở trong thế gian là khác nhau, Ngài mở đại tiệc để vui mừng vì họ đã được cứu.

Vậy, "không trung" mà Đức Chúa Trời sẽ mở Bảy Năm Đại Tiệc Cưới đó nằm ở đâu? "Không trung" ở đây không phải là bầu trời mà chúng ta có thể nhìn thấy bằng mắt thường. Vì nếu như vậy, hết thảy những người được cứu phải dự đại tiệc lơ lửng bồng bềnh trên bầu trời. Vả lại, từ buổi sáng thế đến nay, ắt hẳn có rất nhiều người được cứu, và hết thảy không thể ở trong trong bầu trời mà chúng ta có thể nhìn thấy từ trái đất nầy.

Hơn thế, đại tiệc nầy sẽ được tính trước và sắm sẵn mọi thứ rất chi tiết vì chính Đức Chúa Trời sẽ lo liệu mọi sự ấy để yên ủi con cái Ngài. Có một nơi mà Đức Chúa Trời đã sắm sẵn từ lâu. Ấy là "không trung" mà Đức Chúa Trời đã chuẩn bị trước cho Bảy Năm Đại Tiệc Cưới, không trung nầy là Vương Quốc Thiên Đàng Thứ Hai.

"Không Trung" Thuộc Về Vương Quốc Thiên Đàng Thứ Hai

Êphêsô 2:2 nói rằng, *"Đều là những sự anh em xưa đã học đòi, theo thói quen đời nầy, vâng phục vua cầm quyền chốn không trung, tức là thần hiện đang hành động trong các con bạn nghịch."* Vậy "không trung" cũng là nơi các ác linh đang cầm quyền.

Tuy nhiên, nơi sẽ xảy ra Bảy Năm Đại Tiệc Cưới là một nơi

khác so với nơi các ác linh đang ở. Song chúng đều được nói đến với cùng một khái niệm "không trung" là vì cả hai đều thuộc về Vương Quốc Thiên Đàng Thứ Hai. Vả lại, ở đây không chỉ có một không trung, song nó được phân ra thành một số khu vực khác. Vậy nên nơi Bảy Năm Đại Tiệc Cưới sẽ được tổ chức và nơi các ác linh đang ở là cách biệt nhau.

Đức Chúa Trời dựng nên một thiên quốc được gọi là Thiên Đàng Thứ Hai bắt nguồn từ thiên quốc trọn vẹn. Ngài chia làm hai miền. Miền thứ nhất là miền sự sáng thuộc về Đức Chúa Trời, miền kia là miền tối tăm mà Ngài đã giao cho các ác linh.

Đức Chúa Trời tạo nên cảnh Vườn Êđen, là nơi Ađam đã ở cho đến kỳ trưởng dưỡng nhân loại bắt đầu. Đức Chúa Trời đã đặt Ađam sống tại phía đông của Vườn. Ngài cũng giao miền tối tăm cho các ác linh và cho chúng sống ở đó. Nơi tối tăm nầy và vườn Êden được phân chia cách nghiêm ngặt.

Nơi Mở Ra Bảy Năm Đại Tiệc Cưới

Vậy Bảy Năm Đại Tiệc Cưới sẽ được mở ra ở đâu? Vườn Êđen là một phần của Vườn Địa Đàng, trong Vườn Địa Đàng có rất nhiều không trung khác nhau. Đức Chúa Trời đã chuẩn bị một trong những nơi đó cho Bảy Năm Đại Tiệc Cưới.

Nơi dành cho Bảy Năm Đại Tiệc Cưới là một nơi đẹp hơn nhiều so với Vườn Êđen. Ở đó có nhiều cây cối và và hoa đẹp. Ánh sáng đủ màu sắc rực rỡ, và một cảnh thiên nhiên trong sáng, xinh đẹp chung quanh không thể tả xiết.

Đồng thời, đây là một nơi rộng lớn vô cùng vì hết thảy những người được cứu từ buổi sáng thế đều sẽ chung vui đại tiệc. Ở đây có một thành thánh rất lớn, có đủ chỗ cho mọi người được mời vào dự tiệc. Đại Tiệc sẽ được tổ chức tại thành nầy, và sẽ có những giây phút vui sướng khó tả. Với hy vọng chúng ta sẽ cảm nhận được niềm vui sướng của một tân nương của Chúa, một khách mời danh dự của đại tiệc, chúng ta sẽ bước vào thành ấy để dự Bảy Năm Đại Tiệc Cưới.

Gặp Gỡ Chúa Tại Một Nơi Sáng Láng Và Xinh Đẹp

Khi đến đại sảnh tiệc cưới, chúng ta sẽ nhìn thấy một căn phòng rực rỡ đầy ánh sáng mà chúng ta chưa từng thấy trước đây. Chúng ta cảm thấy thân thể mình nhẹ như không. Khi nhẹ nhàng đáp xuống cỏ xanh, thoạt đầu chúng ta chẳng nhìn thấy gì ở chung quanh vì sự chói sáng quá mức hiện ra trước mắt. Một cõi thiên đàng và một cái hồ trong ngần như có thể làm lóa mắt chúng ta. Hồ nước tỏa sáng những màu sắc xinh đẹp như châu ngọc mỗi khi mặt nước gợn sóng.

Tứ bề đầy những hoa và cây xanh bao phủ. Những bông hoa đu đưa tới lui như thể vẫy chào và chúng ta có thể ngửi thấy mùi hương thơm ngọt ngào chưa từng thấy. Ngay sau đó chim ca đủ màu sắc liền đến ca hót chào đón chúng ta. Ở trong hồ, nước trong đến nỗi chúng ta có thể nhìn thấu dưới mặt hồ, những con cá xinh đẹp kỳ diệu thò đầu ra chào đón chúng ta.

Ngay cả cỏ dưới chân chúng ta cũng mềm mại như vải bông. Gió ở đây khiến cho quần áo chúng ta bay nhẹ nhàng che phủ trên thân thể. Ngay lúc đó, một ánh sáng mạnh hiện ra trước mắt chúng ta và có một người đứng trong giữa ánh sáng ấy.

Chúa Ôm Lấy Chúng Ta Mà Rằng "Hỡi Tân Nương, Ta yêu ngươi."

Với nụ cười dịu dàng, Ngài mở rộng vòng tay gọi chúng ta đến. Khi ấy chúng ta có thể nhìn thấy mặt Ngài cách rõ ràng.

Dẫu là lần đầu tiên nhìn thấy mặt Ngài, song chúng ta biết rõ Ngài là ai. Ngài chính là Chúa Jêsus, tân lang chúng ta, người mà chúng ta yêu quý và ngày đêm hằng mong ước gặp mặt. Giây phút đó, chúng ta không thể cầm được nước mắt vì nhớ lại thuở chúng ta còn được nuôi dưỡng trên đất.

Bấy giờ chúng ta được nhìn thấy mặt Chúa tỏ tường, là Đấng mà bởi danh Ngài chúng ta đã thắng hơn thế gian ngay trong những hoàn cảnh khó khăn nhất, những khi chúng ta gặp bắt bớ và gian nan thử thách. Chúa bước đến, ôm chúng ta vào lòng mà rằng, "Hỡi tân nương ta, ta đã hằng mong có ngày hôm nay. Ta yêu ngươi."

Khi nghe những lời đó, nước mắt ta càng tuôn ra nhiều hơn. Bấy giờ Chúa nhẹ nhàng lau ráo nước mắt và ôm chặt chúng ta vào lòng. Khi nhìn vào mắt Ngài, chúng ta có thể cảm nhận được tấm lòng của người Cha. "Ta biết mọi sự về ngươi. Ta thấu hiểu nước mắt và nỗi đau của ngươi. Rồi sẽ chỉ có hạnh phúc và vui mừng."

Chúng ta đã chờ đợi giây phút nầy từ khi nào? Khi chúng ta ở trong vòng tay của Ngài, chúng ta cảm thấy vô cùng bình an, vui sướng và một sự che chở phủ kín trên chúng ta.

Bấy giờ, chúng ta có thể nghe tiếng ngợi khen nhẹ nhàng, sâu lắng và ngọt ngào. Kế đến, Chúa nắm tay và dẫn chúng ta đến nơi có tiếng ngợi khen thờ phượng đang vang vọng ra.

Đại Sảnh Tiệc Cưới Đầy Những Đèn Màu

Trong chốc lát, chúng ta thấy một lâu đài nguy nga lộng lẫy và rực sáng vô cùng tráng lệ và xinh đẹp. Khi đứng trước cổng lâu đài, cổng nhẹ nhàng mở ra, những ánh sáng chói lói từ bên trong chiếu ra. Khi cùng Chúa bước vào bên trong lâu đài như thế chúng ta bị dòng ánh sáng ấy hút vào bên trong, một đại sảnh rộng tới mức chúng ta không thể nhìn thấy phần cuối cùng của nó. Đại sảnh được trang trí với những món đồ trang hoàng và các đồ vật xinh đẹp, và những ánh sáng đủ màu sắc.

Bấy giờ tiếng ngợi khen thờ phượng đã trở nên rõ hơn, và tiếng đó nhẹ nhàng tỏa khắp đại sảnh. Cuối cùng, Chúa long trọng tuyên bố khai mạc buổi Đại Tiệc Cưới với giọng như sấm rền. Bảy Năm Đại Tiệc Cưới bắt đầu, mọi thứ giống như trong mơ.

Chúng ta thấy vui sướng với giây phút nầy chăng? Dĩ nhiên, chẳng phải mọi người có mặt tại buổi đại tiệc đều được đến với Chúa như thế nầy. Chỉ những ai có đủ phẩm cách thì mới có thể được đến gần Ngài và được Ngài ôm ấp.

Vậy, chúng ta hãy trau dồi chính mình như một tân nương và dự phần vào bổn tánh thiêng liêng. Tuy nhiên, không phải mọi người đều có thể nắm được tay Chúa, song, họ vẫn cùng chung một niềm vui sướng và sự mãn nguyện.

Vui Hưởng Những Giây Phút Sung Sướng Với Sự Ca Hát Và Nhảy Múa

Một khi Đại Tiệc Cưới bắt đầu, chúng ta được ca hát và nhảy múa cùng Chúa, tôn vinh danh Cha. Chúng ta nhảy múa và trò chuyện cùng Chúa về những lúc còn ở trong thế gian, hay nói chuyện về nơi mà chúng ta sẽ đến ở trên thiên đàng.

Đồng thời chúng ta cũng nói về Đức Chúa Cha và tôn vinh Ngài. Chúng ta có thể có các cuộc trò chuyện vui vẻ với những người mà chúng ta hằng mong đợi.

Khi đang thưởng thức hương vị trái cây, chúng ta được uống Nước Sự Sống là nước chảy ra từ Ngai Đức Chúa Cha, buổi đại tiệc vẫn diễn ra ngọt ngào. Dầu vậy, chúng ta chẳng phải ở luôn trong lâu đài ấy suốt bảy năm. Thỉnh thoảng, chúng ta ra bên ngoài để có những khoảnh khắc vui vẻ khác.

Vậy, những hoạt động nào bên ngoài tòa lâu đài ấy đang chờ đợi chúng ta? Chúng ta sẽ có thời gian để hòa mình vào thiên nhiên xinh đẹp, kết bạn cùng cỏ cây, hoa lá và chim chóc. Chúng ta có thể cùng đi dạo và trò chuyện với những người thân trên những con đường đầy hoa đẹp, hoặc đôi khi ngợi ca Chúa bằng những lời hát và điệu nhảy. Cũng có nhiều thứ cho chúng ta vui chơi ngoài trời, như đi thuyền trên mặt hồ cùng những người thân, hoặc với Chúa. Chúng ta có thể bơi lội, hay vui thú với nhiều trò chơi khác. Có rất nhiều thứ mang lại cho ta những niềm vui không tả xiết, những thứ đã được Chúa sắm sẵn rất chu đáo bởi tình yêu và sự quan tâm của Ngài.

Trong bảy năm Đại Tiệc Cưới, thậm chí chẳng hề có một ngọn đèn nào tắt. Đương nhiên, Vườn Địa Đàng là một miền của sự sáng, ở đây chẳng có ban đêm. Và chúng ta không cần phải đi ngủ hay nghỉ ngơi như khi chúng ta còn ở thế gian. Bất luận vui chơi bao lâu, chúng ta chẳng hề thấy mệt mỏi, bèn là chúng ta thấy thỏa thích và vui sướng hơn.

Vậy nên chúng ta dường như chẳng cảm nhận về thời gian, bảy năm như bảy ngày, hoặc thậm chí như bảy giờ. Dẫu cho bố mẹ, con cái hay anh chị em chúng ta không được cất lên mà phải chịu khốn khổ với với cuộc Đại Nạn, thời gian cùng những sự vui thích trôi qua nhanh đến nỗi chúng ta không thể nghĩ đến những chuyện khác.

Dâng Lời Cảm Tạ Nhiều Hơn Về Ơn Cứu Rỗi

Những người ở vườn Êđen và khách mời dự Đại Tiệc Cưới có thể nhìn thấy nhau, nhưng họ không thể đến rồi đi. Các ác linh cũng có thể nhìn thấy đại tiệc cưới và chúng ta cũng nhìn thấy chúng. Tất nhiên là các ác linh thậm chí không thể nghĩ đến việc đến gần nơi Đại Tiệc, song chúng ta vẫn có thể nhìn thấy chúng. Nhìn thấy đại tiệc cùng sự vui vẻ của khách mời, các ác linh cảm thấy khốn khổ vô cùng. Đối với chúng, phải bỏ cuộc trong việc lôi kéo thêm dẫu chỉ một người xuống địa ngục thay vì phải để họ đến với Chúa để được làm con cái Ngài, là nỗi bực bội không chịu nổi của chúng.

Ngược lại, nhìn thấy các ác linh, chúng ta nhớ lại rằng chúng đã cố gắng ăn nuốt chúng ta như sư tử rống là thể nào khi chúng ta còn được trưởng dưỡng trên đất.

Bấy giờ, chúng ta càng thêm biết ơn về lòng thương xót của Đức Chúa Cha, Đức Chúa Con và Đức Thánh Linh đã che chở chúng ta khỏi mọi quyền lực tối tăm và dẫn dắt chúng ta trở thành con cái của Đức Chúa Trời. Chúng ta cũng càng thêm biết ơn những người đã giúp đỡ chúng ta đến với con đường sự sống.

Vậy Bảy Năm Đại Tiệc Cưới không chỉ là lúc để chúng ta nghỉ ngơi và được yên ủi về nỗi nhọc nhằn khi còn được trưởng dưỡng trên đất, mà còn là lúc để nhớ lại khi còn ở trong thế gian và càng thêm lòng biết ơn về tình yêu của Đức Chúa Trời.

Chúng ta cũng nghĩ đến sự sống đời đời ở thiên đàng, là nơi mà niềm hạnh phúc và những vui thích sẽ lớn hơn nhiều.

Bảy Năm Đại Nạn

Trong khi đại tiệc cưới vui vẻ đang diễn ra trên không trung, thì bảy năm đại nạn xảy đến trên đất. Vì tính khốc liệt của cuộc Đại Nạn mà từ trước đến nay chẳng từng có và cũng sẽ chẳng có như vậy trong thời đến, hầu hết những công trình trên đất đều bị hủy diệt và những kẻ bị bỏ lại đều phải chết.

Đương nhiên, một số trong họ cũng sẽ được cứu bởi những gì chúng ta gọi là "sự cứu rỗi dân sót." Có rất nhiều người bị bỏ lại trên đất sau sự Hiện Đến Lần Hai của Chúa vì họ là những kẻ chẳng tin, hoặc những kẻ tin sai trật. Ấy vậy, khi họ ăn năn trong

Bảy Năm Đại Nạn và trở thành những kẻ tử đạo, thì họ có thể được cứu. Điều nầy được gọi là "sự cứu rỗi dân sót."

Tuy nhiên, để thành một kẻ tử đạo trong Bảy Năm Đại Nạn là một việc vô cùng khó khăn. Cho dù ngay từ đầu họ quyết định tử đạo, song hầu hết họ đều chối Chúa vì không chịu nổi những đau đớn ác nghiệt và những bắt bớ của những kẻ chống Chúa là những kẻ ép họ phải nhận dấu "666."

Họ thường cương quyết từ chối việc nhận dấu ấy, vì biết rằng một khi nhận nó, họ sẽ thuộc về Satan. Song việc chịu đựng những đau đớn ác nghiệt và đọa đẩy cùng cực chẳng phải là điều đơn giản.

Đôi khi cho dù người ta có thể vượt qua cuộc khổ ải nầy, song việc nhìn thấy người thân trong gia đình phải chịu hành hạ đau đớn lại là điều khó khăn hơn. Do vậy để được cứu qua cuộc "cứu rỗi dân sót" là điều vô nan giải. Hơn nữa, trong kỳ hạn nầy, người ta chẳng thể nhận được sự vùa giúp nào từ Đức Thánh Linh, ấy là điều càng thêm khó khăn hơn trong việc giữ vững đức tin.

Thế thì, tôi hy vọng rằng không một độc giả nào phải đối mặt với Bảy Năm Đại Nạn. Sự bày tỏ về Bảy Năm Đại Nạn mà tôi đã nói là những gì đã được chép trong Kinh Thánh về thời kỳ sau rốt, hiện nay đang và sẽ được ứng nghiệm đúng như vậy.

Một lý do khác mà thông điệp nầy được viết ra cũng dành cho những kẻ bị bỏ lại trên đất sau khi con cái Đức Chúa Trời được cất lên không trung. Trong khi những kẻ tin thật cùng nhau dự Đại Tiệc Cưới trên không trung, thì sự khốn khổ của Bảy Năm Đại Nạn xảy ra trên đất.

Những Kẻ Tử Đạo Giành Được "Sự Cứu Rỗi Dân Sót"

Sau khi Chúa hiện đến trên không trung, trong số những người không được cất lên, sẽ có một số người ăn năn về niềm tin sai trật của mình đối với Chúa Jêsus Christ.

Những gì dẫn họ đến với "sự cứu rỗi dân sót" ấy là lời Chúa đã được hội thánh rao giảng và bày tỏ quyền năng lớn lao của Đức Chúa Trời qua những công việc của Ngài trong thời sau rốt. Họ hiểu ra sự thật làm thế nào để được cứu, những sự việc nào sẽ lộ ra, và làm sao để đối phó với những sự kiện ở thế gian là những sự việc đã nói tiên tri qua lời Chúa.

Do vậy có một số người thật sự ăn năn trước Chúa và được cứu qua việc tử đạo. Cái được gọi là "sự cứu rỗi dân sót." Dĩ nhiên trong số họ là người Ysơraên. Họ sẽ nhận biết về "Sứ Điệp Thập Tự Giá" và nhận biết Chúa Jêsus, là Đấng mà họ đã tưởng không phải Đấng Cứu Thế, thực ra là Con của Đức Chúa Trời và là Chúa Cứu Thế của toàn nhân loại. Bấy giờ họ sẽ ăn năn và trở thành một phần của "sự cứu rỗi dân sót." Họ sẽ nhóm lại để cùng nhau nuôi dưỡng đức tin, và một số trong họ sẽ nhận thức được tấm lòng của Đức Chúa Trời và trở thành kẻ tử đạo để được cứu.

Như vậy, những bài viết nhằm thông giải lời Chúa cách rõ ràng không những hữu ích cho việc tăng trưởng đức tin đối với nhiều tín đồ, mà còn đóng một vai trò rất quan trọng đối với những kẻ không được cất lên không trung. Vậy, chúng ta hãy nhận biết về tình yêu và lòng thương xót kỳ diệu của Đức Chúa Trời, Đấng đã sắm sẵn mọi thứ cho những ai sẽ được cứu ngay cả sau sự Hiện Đến Lần Thứ Hai của Chúa trên không trung.

Thời Đại Hoàng Kim

Những tân nương vừa dự xong Bảy Năm Đại Tiệc Cưới sẽ trở lại thế gian và đồng trị cùng Chúa trong một ngàn năm (Khải Huyền 20:4). Khi Chúa trở lại thế gian, Ngài bắt đầu công việc thanh tẩy. Trước hết, Ngài thanh tẩy không khí, rồi kế đến làm đẹp lại những cảnh thiên nhiên.

Cuộc Viếng Thăm Vòng Quanh Trái Đất Mới Được Làm Sạch

Giống như cặp vợ chồng mới cưới đi hưởng tuần trăng mật, chúng ta sẽ cùng Chúa là tân lang bước vào những chuyến đi sau Bảy Năm Đại Tiệc Cưới trong Thời Đại Hoàng Kim. Bấy giờ chúng ta sẽ thích nơi nào nhất?

Con cái Đức Chúa Trời, tân nương của Chúa, sẽ muốn đi đây đó trên trái đất vì biết rằng họ sẽ sớm rời khỏi nó. Đức Chúa Trời sẽ cất hết mọi thứ ra khỏi Thiên Đàng Thứ Nhất (trời thứ nhất), như trái đất là nơi mà sự trưởng dưỡng nhân loại đã xảy ra, cùng mặt trời và mặt trăng đến một không trung khác sau Thời Đại Hoàng Kim.

Vì vậy, sau Bảy Năm Đại Tiệc Cưới, Đức Chúa Trời sẽ làm mới lại trái đất khiến trở nên xinh đẹp và cho chúng ta đồng trị cùng Chúa trong một ngàn năm trước khi Ngài cất nó đi. Đây làm một tiến trình đã được định trước trong sự sắm sẵn của Đức Chúa Trời, ấy là Ngài đã sáng tạo nên mọi thứ trong sáu ngày, và Ngài nghỉ vào ngày thứ bảy. Và cũng là để cho chúng ta khỏi cảm thấy hối tiếc vì phải rời khỏi trái đất bằng cách Ngài cho chúng ta đồng trị cùng Chúa trong một ngàn năm. Chúng ta sẽ vui hưởng một lúc, được đồng trị vì cùng Chúa trong một ngàn năm trên trái đất xinh đẹp vừa được làm mới. Được thăm viếng hết thảy những nơi mà chúng ta chưa từng đến đương khi chúng ta còn sống trên đất nầy, chúng ta sẽ cảm nhận được niềm hạnh phúc và vui mừng chưa từng có.

Trị Vì Một Ngàn Năm

Lúc bấy giờ, chúng ta chẳng còn phải đối mặt với kẻ thù là Satan và ma quỉ. Giống như cuộc sống ở Vườn Êđen, chỉ có sự bình yên và an nghỉ trong một môi trường sung túc. Những kẻ được cứu cùng sống với Chúa trên đất nầy, song chẳng sống chung với những con người xác thịt là những kẻ sống sót qua kỳ Đại Nạn. Những kẻ được cứu chung sống với Chúa tại một nơi riêng biệt như biệt thự hoàng gia hoặc lâu đài. Nói cách khác, những thánh nhân sẽ sống trong lâu đài, còn những kẻ xác thịt sẽ sống bên ngoài vì những kẻ nên thánh không thể ở chung với những con người xác thịt.

Những thánh nhân đã được biến đổi thành những cơ thể phi vật chất và có sự sống đời đời. Vậy nên họ có thể sống bằng cách hưởng các mùi hương như hương hoa, song đôi khi ngồi chung với những người xác thịt, họ cũng có thể cùng ăn với những người ấy. Song, mặc dù có ăn uống như vậy, họ không bài tiết như những người xác thịt. Mặc dù họ ăn những thức ăn nhìn thấy được, nhưng chúng được tan biến qua hơi thở.

Những người phàm tục sẽ chú trọng đến việc gia tăng dân số vì số người sống sót qua Bảy Năm Đại Nạn là rất ít. Lúc bấy giờ sẽ chẳng có bệnh tật hay điều gian ác nào vì không khí ở đây thật trong lành, và kẻ thù là Satan và ma quỉ sẽ chẳng có mặt ở đó. Vì hết thảy kẻ cầm quyền trên những kẻ gian ác đều bị nhốt dưới hố vực thẳm của địa ngục, sự bất công và gian ác trong con người tự nhiên sẽ không phát huy tác dụng (Khải Huyền 20:3). Cũng vì chẳng có sự chết, nên trái đất sẽ lại đầy dẫy con người.

Bấy giờ những con người phàm tục sẽ ăn gì? Thuở Ađam và Êva còn sống ở Vườn Êđen, họ chỉ ăn hoa quả và các loại cây có hạt (Sáng Thế 1:29). Sau khi Ađam và Êva bất tuân Đức Chúa Trời và bị đuổi khỏi Vườn Êđen, họ bắt đầu phải ăn rau cỏ của đồng ruộng (Sáng Thế 3:18). Sau thời Nôê, khi thế gian ngày càng trở nên độc ác hơn, và Đức Chúa Trời đã cho phép loài người ăn thịt. Chúng ta thấy rằng thế gian càng trở nên độc ác, thì con người càng ăn những thức ăn độc hại hơn.

Trong Thời Đại Hoàng Kim, con người ăn sản vật của đồng ruộng cùng các loại trái cây. Họ chẳng hề ăn thịt, giống như con người trước thời nước lụt Nôê đã từng ăn vậy, vì chẳng có sự độc ác hay giết chóc nào. Lại cũng vì hết thảy nền văn minh của con người đều bị phá hủy bởi chiến tranh trong cuộc Đại Nạn, người ta sẽ trở lại cách sống ban đầu và sinh sản thêm nhiều trên đất mà Chúa đã làm mới lại. Họ sẽ bắt đầu lại trong một thiên nhiên trong lành, chẳng bị ô nhiễm, chỉ có sự bình yên và xinh đẹp.

Hơn thế nữa, mặc dù người ta đã trải qua một nền văn minh phát triển trước Đại Nạn và có tri thức, song nền văn minh của thời nay không thể hoàn thành trong một vài trăm năm. Thế nhưng, thời gian trôi qua, con người thu thập được sự khôn ngoan, họ có thể hoàn thành nền văn minh với mức độ ngày nay vào cuối Thời Đại Hoàng Kim.

Thiên Đàng Được Ban Thưởng Sau Ngày Phán Xét

Sau Thời Đại Hoàng Kim, Đức Chúa Trời sẽ thả tự do cho kẻ thù là Satan và ma quỉ trong ít lâu rồi chúng sẽ bị đem nhốt dưới địa ngục là vực thẳm không đáy (Khải Huyền 20:1-3). Mặc dù chính Chúa trị vì thế gian để dẫn dắt những người phàm tục là những kẻ sống sót qua cuộc Đại Nạn cùng hậu tự họ để đưa tới sự cứu rỗi đời đời, song đức tin của họ chẳng chân thật. Vậy nên, Đức Chúa Trời cho phép kẻ thù là Satan và ma quỉ cám dỗ họ.

Rất nhiều người phàm tục bị kẻ thù là ma quỉ lừa dối rồi sa vào con đường hủy diệt (Khải Huyền 20:8). Vậy, dân sự của Đức Chúa Trời sẽ một lần nữa nhận biết lý do Ngài đã phải dựng nên hỏa ngục và tình yêu lớn lao của Đức Chúa Trời, là Đấng muốn có được con cái chân thật qua công cuộc trưởng dưỡng nhân loại.

Những ác linh đã được thả tự do trong một ít lâu lại sẽ bị nhốt vào vực thẳm không đáy của địa ngục, và sự Phán Xét Cuối Cùng trước Tòa Trắng sẽ xảy ra (Khải Huyền 20:12). Bấy giờ sự Phán Xét Cuối Cùng trước Tòa Trắng sẽ diễn ra như thế nào?

Đức Chúa Trời Là Đấng Phán Xét Trước Tòa Trắng

Vào tháng bảy năm 1982, trong khi đang cầu nguyện cho việc mở hội thánh, Chúa bày tỏ tường tận cho tôi về sự Phán Xét Cuối Cùng trước Tòa Trắng. Một cảnh tượng phán xét được tỏ ra. Chúa và Môise đứng trước Ngai Đức Chúa Cha, và chung quanh Ngai là những người đóng vai trò hội thẩm.

Không giống những cuộc phán xét ở thế gian, Đức Chúa Trời hoàn toàn không phạm một sai lầm nào. Song, Ngài vẫn phán xét cùng Chúa là người biện hộ bởi tình yêu thương, Môise đóng vai trò của người khởi tố đứng về luật pháp, và những người khác với tư cách là những thành viên hội thẩm. Khải Huyền 20:11-15 mô tả cụ thể về diễn tiến mà Đức Chúa Trời sẽ phán xét.

Bấy giờ tôi thấy một tòa lớn và trắng cùng Đấng đương ngồi ở trên; trước mặt Ngài trời đất đều trốn hết, chẳng còn thấy chỗ nào cho nó nữa. Tôi thấy những kẻ chết, cả lớn và nhỏ, đứng trước tòa, và các sách thì mở ra. Cũng có mở một quyển sách khác nữa, là sách sự sống; những kẻ chết bị xử đoán tùy công việc mình làm, cứ như lời đã biên trong những sách ấy, Biển đem trả những người chết mình chứa; sự chết và Âm phủ cũng đem trả những người chết mình có. Mỗi người trong bọn đó bị xử đoán tùy công việc mình làm. Đoạn sự chết và

Âm phủ bị quăng xuống hồ lửa. Hồ lửa là sự chết thứ hai. Kẻ nào không được biên vào sách sự sống đều bị ném xuống hồ lửa.

"Tòa trắng và lớn" ở đây chính là Ngai của Đức Chúa Trời, Ngài là quan tòa. Đức Chúa Trời ngồi trên ngai rất chói sáng, khi nhìn vào ta thấy màu "trắng," Ngài sẽ thực hiện cuộc phán xét cuối cùng với tình yêu và sự công chính, Ngài sẽ để lúa lại và ném rơm rác vào hỏa ngục.

Ấy là tại sao đôi khi chúng ta gọi đó là cuộc Phán Xét Lớn trước Tòa Trắng. Đức Chúa Trời sẽ phán xét y như những gì có chép vào "sách sự sống" là sách ghi tên những người được cứu và những sách khác là sách ghi việc làm của mỗi người.

Những Kẻ Không Được Cứu Sẽ Sa Vào Hỏa Ngục

Trước Ngai Đức Chúa Trời , chỉ có một sách sự sống song cũng có những sách khác ghi lại hết thảy công việc của mỗi người là những kẻ chẳng tin hoặc những kẻ tin sai trật (Khải Huyền 20:12).

Từ lúc người ta chào đời đến lúc Đức Chúa Trời gọi linh hồn họ trở lại, mỗi một công việc họ làm đều được ghi trong những sách nầy. Ví dụ, làm điều thiện, nguyền rủa người khác, đánh đập ai đó, hoặc căm giận ai, hết thảy đều do chính tay các thiên sứ ghi lại.

Chỉ giống như việc chúng ta ghi và giữ lại những cuộc nói chuyện hoặc những sự kiện nào đó đã xảy ra rất lâu qua các dụng cụ ghi hình hay thu thanh, các thiên sứ cũng chép ra và ghi lại hết thảy các việc làm trong sách ở thiên đàng theo mạng lệnh của Đức Chúa Trời toàn năng. Vậy nên sự Phán Xét Cuối Cùng trước Tòa Trắng sẽ tiến hành cách chính xác, không mắc phải một sai lầm nào. Vậy, sự phán xét đó sẽ được thực hiện ra sao?

Những kẻ không được cứu sẽ bị đoán xét trước. Họ không thể đến trước mặt Chúa để chịu phán xét vì họ là những tội nhân. Họ chỉ chịu đoán xét nơi Âm phủ, là Quảng Trường Chờ Đợi ở địa ngục. Mặc dù họ không đến trước mặt Đức Chúa Trời, cuộc phán xét vẫn được thực hiện đúng như thể được xảy ra trước mặt Ngài.

Trong số các tội nhân, Đức Chúa Trời sẽ đoán xét trước hết những kẻ có tội trọng hơn. Sau cuộc phán xét nầy, hết thảy họ đều cùng nhau đi vào hồ lửa hay hồ lửa diêm sinh cháy hừng để chịu hình phạt đời đời.

Phần Thưởng Cho Những Kẻ Được Cứu Tại Thiên Đàng

Tiếp theo sự phán xét những kẻ không được cứu là sự đoán định cùng những phần thưởng cho những kẻ được cứu. Như hứa ngôn được chép trong Khải Huyền 22:12, *"Nầy, ta đến mau chóng, và đem phần thưởng theo với ta, để trả cho mỗi người tùy theo công việc họ làm,"* những nơi ở và phần thưởng ở thiên đàng sẽ được định đoạt cách phù hợp.

Sự phán quyết về giải thưởng sẽ diễn ra trong bình yên trước mặt Đức Chúa Trời vì là cuộc phán quyết dành cho con cái Đức Chúa Trời. Sự phán quyết về giải thưởng được tiến hành bắt đầu từ những người quý trọng và có nhiều phần thưởng nhất cho đến những người ít phần thưởng nhất, rồi sau đó con cái của Đức Chúa Trời sẽ đi về nơi ở của mình.

Và chúng sẽ không cần đến ánh sáng đèn hay ánh sáng mặt trời, vì Chúa là Đức Chúa Trời sẽ soi sáng cho; và chúng sẽ trị vì đời đời. (Khải Huyền 22:5).

Bất chấp nhiều nỗi gian truân và khổ cực ở đời nầy, nhờ có hy vọng về thiên đàng, chúng ta là những người hạnh phúc biết bao! Ở đó, chúng ta được sống với Chúa cho đến đời đời, chỉ có sự vui sướng và thích thú mà chẳng hề có nước mắc, sầu khổ, đau đớn, bệnh tật, hay chết chóc.

Tôi chỉ nói một đôi điều về Bảy Năm Đại Tiệc Cưới và Thời Đại Hoàng Kim là lúc mà chúng ta sẽ được trị vì cùng Chúa. Khi những thời điểm nầy chỉ là sự khởi đầu cho cuộc sống ở thiên đàng – vô cùng sung sướng, cuộc sống ở thiên đàng sẽ hạnh phúc hơn và vui thú hơn biết bao! Vậy nên, chúng ta hãy hướng về nơi ở và phần thưởng sắm sẵn cho chúng ta ở thiên đàng mà tiếp tục cuộc đua cho đến khi Chúa trở lại và đem chúng ta đi.

Tại sao những bậc tổ phụ đức tin của chúng ta đã cố gắng vượt qua nhiều gian khổ để chọn con đường hẹp của Chúa, thay vì con đường dễ dãi của thế gian? Họ kiêng ăn và cầu nguyện hằng đêm để quăng xa tội lỗi mình và hoàn toàn tận hiến đời sống mình cho niềm hy vọng về nước thiên đàng. Vì họ tin Đức Chúa Trời sẽ ban thưởng cho mình ở thiên đàng tùy vào công việc họ đã làm, họ đã cố gắng hết sức để được nên thánh và trung tín trong cả nhà Chúa.

Vậy nên, trong danh Chúa tôi cầu nguyện hầu cho chúng sẽ không những được dự phần trong Bảy Năm Đại Tiệc Cưới và được ở trong vòng tay của Chúa, mà còn được ở gần bên Ngai của Đức Chúa Trời ở thiên đàng bằng cách cố gắng hết mình với niềm hy vọng tha thiết về nước thiên đàng.

Chương 4

Những Kín Nhiệm Của Thiên Đàng Được Che Kín Từ Buổi Sáng Thế

Chúa Jêsus Đáp cùng họ rằng, "Bởi vì đã ban cho các ngươi được biết những điều mầu nhiệm của nước thiên đàng, song về phần họ, thì không ban cho biết. Vì sẽ cho thêm kẻ nào đã có, thì họ sẽ được dư dật; nhưng kẻ nào không có thì lại cất luôn điều họ đã có nữa. Vậy nên ta phán thí dụ cùng chúng; vì họ xem mà không thấy, lắng tai mà không nghe, và không hiểu chi hết."

...

Đức Chúa Jêsus lấy lời ví dụ mà phán những điều đó cùng đoàn dân, Ngài chẳng phán điều gì cùng họ mà không dùng lời ví dụ, Để được ứng nghiệm lời đấng tiên tri rằng: "Ta sẽ mở miệng ra mà nói lời ví dụ, Ta sẽ rao bảo những điều kín nhiệm Từ khi dựng nên trời đất."

- Mathiơ 13:11-12, 34-35

Một ngày nọ, khi Chúa Jêsus đang ngồi bên mé biển, đoàn dân nhóm họp chung quanh Ngài đông lắm. Bấy giờ Chúa Jêsus dùng thí dụ mà giảng nhiều điều cùng họ. Môn đồ bèn đến gần Ngài mà hỏi rằng:

"Sao thầy dùng thí dụ mà phán cùng chúng vậy?" Chúa Jêsus đáp cùng họ rằng:

> *Bởi vì đã ban cho ngươi được biết những điều mầu nhiệm của nước thiên đàng, song về phần họ, thì không ban cho biết. Vì sẽ cho thêm kẻ nào đã có, thì họ sẽ được dư dật; nhưng kẻ nào không có, thì lại cất luôn điều họ đã có nữa. Vậy nên ta phán thí dụ cùng chúng; vì họ xem mà không thấy, lắng tai mà không nghe, và không hiểu chi hết. Vậy, về họ, đã được ứng nghiệm lời tiên tri của Êsai rằng: "Các ngươi sẽ lóng tai nghe, mà chẳng hiểu chi; Lấy mắt xem mà chẳng thấy chi. Vì lòng dân nầy đã cứng cỏi; Đã làm cho nặng tai Và nhắm mắt mình lại, E khi mắt mình thấy được, Tai mình nghe được, Lòng mình hiểu được, Họ tự hối cải lại, Và ta chữa họ được lành chăng. Nhưng phước cho mắt các ngươi vì thấy được; phước cho tai các ngươi, vì nghe được! Quả thật, ta nói cùng các ngươi, có nhiều đấng tiên tri, nhiều người công chính đã ước ao thấy điều các ngươi thấy, mà chẳng được thấy; ước ao nghe điều các ngươi nghe mà chẳng được nghe. (Mathiơ 13:10-17).*

Chính chúa Jêsu đã nói, có nhiều đấng tiên tri, và nhiều người công chính đã không thể thấy những điều mầu nhiệm của nước thiên đàng mặc dù họ ao ước được thấy và nghe về những sự đó.

Song, vì Chúa Jêsus, Đấng có cùng bổn tánh với Đức Chúa Trời, đã xuống thế gian nầy (Philíp 2:6-8), Ngài được phép tỏ bày những điều mầu nhiệm của nước thiên đàng cho các môn đệ mình.

Như có lời được chép trong Matthiơ 13:35, *"Để được ứng nghiệm lời Đấng tiên tri rằng: 'Ta sẽ mở miệng ra mà nói lời ví dụ, Ta sẽ rao bảo những điều kín nhiệm từ khi dựng nên trời đất.'"* Chúa Jêsus đã nói lời thí dụ hầu cho ứng nghiệm những gì được chép trong Kinh Thánh.

NNhững Kín Nhiệm Về Thiên Đàng Được Tỏ Ra Từ Thời Chúa Jêsus

"Con Đường Thập Tự," ấy là con đường mà Đức Chúa Trời có thể chọn lựa để có được những con cái chân thật, đã được định sẵn ngay từ trước buổi sáng thế, nhưng đã được giấu kín (1 Côrinhtô 2:7). Nếu sự nầy không được giấu kín, kẻ thù là Satan và ma quỉ sẽ chẳng đóng đinh Chúa Jêsus trên cây thập tự, và con đường cứu rỗi nhân loại cũng chẳng được mở ra.

Đồng một thể đó, nếu những điều mầu nhiệm về nước thiêng đàng không được giấu kín từ buổi sáng thế, thì công cuộc trưởng dưỡng nhân loại để có được những con cái thật của Đức Chúa Trời cũng không thể diễn ra. Dầu vậy, sau khi Chúa Jêsus đến thế gian và khởi sự Chức Vụ, Chúa đã cho phép những kín nhiệm về nước thiên đàng được tỏ ra vì Ngài muốn rằng nhờ hiểu biết về những điều nầy mà người ta sẽ được kết quả nhiều.

Chúa Jêsus Bày Tỏ Những Kín Nhiệm Về Nước Thiên Đàng Qua Nhiều Thí Dụ

Trong Mathiơ 13, có nhiều thí dụ về thiên đàng. Ấy là vì nếu chẳng có thí dụ, chúng ta chẳng thể hiểu và nhận biết được những sự kín giấu về thiên đàng cho dù chúng ta đọc Kinh Thánh rất nhiều.

Nước thiên đàng giống như người kia gieo giống tốt trong ruộng mình. (c. 24).

Nước thiên đàng giống như một hột cải mà người ta lấy gieo trong ruộng mình; hột ấy thật nhỏ hơn cả các giống khác, song khi đã mọc lên, thì lớn hơn các thứ rau, và trở nên cây cối, cho đến nỗi chim trời tới làm ổ trên nhành nó được. (c. 31-32).

Nước thiên đàng giống như men mà người đàn bà kia lấy trộn trong ba đấu bột, cho đến chừng nào bột dậy lên cả. (c. 33).

Nước thiên đàng giống như của báu chôn trong một đám ruộng kia. Một người kia tìm được thì giấu đi, vui mừng mà trở về, bán hết gia tài mình, mua đám ruộng đó. (c. 44).

Nước thiên đàng lại gống như một người lái buôn kiếm được ngọc châu tốt, khi đã tìm được một hột châu quí giá, thì đi bán hết gia tài mình mà mua hột châu đó. (c. 45-46).

Nước thiên đàng cũng giống như một tay lưới thả xuống biển, bắt đủ mọi thứ cá. Khi lưới được đầy rồi, thì người đánh cá kéo lên bờ; đoạn, ngồi mà chọn giống tốt để riêng ra, đem bỏ vào rổ, còn giống xấu thì ném đi. (c. 47-48).

Cũng vậy, Chúa Jêsus giảng về nước thiên đàng, là sự thuộc về lĩnh vực thiêng liêng, qua nhiều thí thụ. Vì nước thiên đàng là vô hình, chúng ta chỉ có thể hiểu được qua thí dụ.

Để có được sự sống đời đời ở thiên đàng, chúng ta phải có một đời sống đức tin đúng đắn, biết làm thế nào để có được thiên đàng, loại người nào có thể vào được nơi đây, và khi nào thì điều nầy sẽ được ứng nghiệm.

Mục tiêu tối hậu của việc đi đến hội thánh và sống một đời sống đức tin là gì? Ấy là được cứu và được vào nước thiên đàng. Song, nếu chúng ta không thể vào nước thiên đàng mặc dù chúng ta đã đi dự lễ tại nhà thờ từ lâu, thì thật là khốn nạn cho chúng ta biết dường nào?

Thậm chí ngay trong thời Chúa Jêsus, nhiều người làm theo luật pháp và xưng nhận đức tin nơi Đức Chúa Trời, song không đủ phẩm cách để được cứu và được vào thiên đàng.

Vì vậy, trong Mathiơ 3:2, Giăng Báptít công bố rằng, *"Các ngươi phải ăn năn, vì nước thiên đàng đã đến gần!"* Ông là người dọn đường cho Chúa. Đồng thời trong Mathiơ 3: 11-12, ông báo cho mọi người biết rằng Chúa Jêsus là Đấng Cứu thế và là Chúa của cuộc Phán Xét Cuối Cùng, mà rằng, *"Về phần ta, ta lấy nước mà làm phép báp têm cho các ngươi ăn năn; Song Đấng đến sau ta có quyền phép hơn ta, ta không đáng xách giày cho Ngài. Ấy là Đấng sẽ làm phép báp têm cho các ngươi bằng Đức Thánh Linh và bằng lửa. Tay Ngài cầm nia mà dê thật sạch sân lúa mình, và Ngài sẽ chứa lúa vào kho, còn rơm rạ thì đốt trong lửa chẳng hề tắt."*

Dầu vậy, dân Ysơraên thời bấy giờ không chỉ chẳng nhận biết Ngài là Cứu Chúa mình mà còn đóng đinh Ngài. Thật đáng buồn biết bao, hiện nay họ vẫn đang chờ đợi Đấng Mêsia!

Những Kín Nhiệm Về Thiên Đàng Được Tỏ Ra Cho Sứ Đồ Phaolô

Mặc dù sứ đồ Phaolô không phải là một trong mười hai môn đệ đầu tiên của Chúa Jêsus, song ông rất nổi bật trong việc bày tỏ về Chúa Jêsus Christ. Trước khi gặp Chúa, Phaolô từng là người Pharisi, luôn tuân thủ nghiêm ngặt luật pháp và truyền thống, và là người Do Thái có quyền công dân La Mã từ lúc mới ra đời, ông đã tham gia bắt bớ những Cơ Đốc Nhân đầu tiên.

Dầu vậy, sau khi gặp Chúa trên đường đến Đamách, Phaolô đã thay đổi, ông đã đưa rất nhiều người đến với con đường cứu rỗi qua việc tập trung truyền bá phúc âm cho Dân Ngoại.

Đức Chúa Trời biết rằng Phaolô sẽ khốn khổ với nhiều đau đớn và bắt bớ trong công việc truyền giảng phúc âm. Vì vậy, Ngài đã tỏ cho Phaolô biết những kín nhiệm kỳ diệu về nước thiên đàng hầu cho ông có thể nhắm thẳng mục đích mà chạy (Philíp 3:12-14). Đức Chúa Trời khiến ông rao giảng phúc âm với niềm hân hoan tột bực trong niềm hy vọng về nước thiên đàng.

Khi đọc những Thư Tín của Phaolô, chúng ta có thể thấy rằng trong sự thần cảm trọn vẹn của Đức Thánh Linh ông đã viết về sự trở lại của Chúa, những người tin được cất lên không trung, những nơi ở của họ trên thiên đàng, sự vinh quang của thiên đàng, những phần thưởng không hư mất và các vương miện, Mênchixêđéc -thầy tế lễ đời đời, và Jêsus Christ.

Trong 2 Côrinhtô 12:1-4, Phaolô chia sẻ kinh nghiệm thuộc linh với hội thánh tại Côrinhtô là hội thánh ông đã thành lập, ở đây người ta ăn ở theo bổn tánh xác thịt.

Tôi cần phải khoe mình, dầu chẳng có ích gì; mhưng tôi sẽ nói đến các sự hiện thấy và sự Chúa đã tỏ ra.

Tôi biết một người trong Đấng Christ, cách mười bốn năm trước, đã được đem lên đến từng trời thứ ba (hoặc trong thân thể người, hoặc ngoài thân thể người, tôi chẳng biết, có Đức Chúa Trời biết). được đem đến chốn Baradi, ở đó nghe những lời không thể nói, mà không có phép cho người nào nói ra. (2 Côrinhtô 12:1-4).

Đức Chúa Trời đã chọn sứ đồ Phaolô làm người mang phúc âm đến cho Dân Ngoại, đã thắt luyện ông qua lửa, và đã trao cho ông những sự hiện thấy mà Chúa đã tỏ bày. Đức Chúa Trời đã cho ông vượt qua mọi gian nan bằng tình yêu thương và bởi đức tin cùng hy vọng về nước thiên đàng. Ví dụ, Phaolô thừa nhận rằng ông đã đem đến chốn Baradi ở Từng Trời Thứ Ba và đã được nghe những sự kín nhiệm về thiên đàng cách mười bốn năm trước, nhưng những sự ấy quá mầu nhiệm đến nỗi không có phép cho người nào nói ra.

Sứ đồ là người được Chúa kêu gọi và hoàn toàn làm theo ý muốn của Ngài. Dầu vậy, có mấy kẻ trong số các thành viên thuộc hội thánh Côrinhtô là những kẻ bị các giáo sư giả lừa dối nên đã hùa nhau đoán xét sứ đồ Phaolô.

Lúc bấy giờ, sứ đồ Phaolô kể ra những gian nan mà ông đã phải chịu vì cớ danh Chúa và chia sẻ những kinh nghiệm thuộc linh của mình nhằm giúp những người Côrinhtô trở thành những tân nương xinh đẹp của Chúa, và sống theo lời của Đức Chúa Trời. Điều nầy chẳng phải để khoe về kinh nghiệm thuộc linh của ông, song chỉ nhằm làm vững vàng hội thánh của Đấng Christ, qua việc bênh vực và xác nhận chức vụ sứ đồ của mình.

Những gì chúng ta cần phải biết là những sự hiện thấy và những sự bày tỏ từ Chúa chỉ được trao cho những ai xứng đáng trước mặt Ngài. Cũng đừng giống những kẻ ở hội thánh Côrinhtô, là những kẻ bị các giáo sư giả lừa dối rồi hùa nhau đoán xét Phaolô. Chúng ta không được đoán xét bất kỳ ai được Chúa kêu gọi để mở mang vương quốc Ngài để đem sự cứu rỗi đến với nhiều người.

Những Kín Nhiệm Về Thiên Đàng Được Tỏ Cho Sứ Đồ Phaolô

Sứ đồ Giăng là một trong mười hai môn đệ và là người rất được Chúa Jêsus yêu mến. Chúa Jêsus không những đã gọi ông là "môn đệ" mà còn nuôi dưỡng tâm linh ông hầu cho ông có thể gần gũi thầy mình hơn để hầu việc Ngài. Ông từng là người rất nóng tánh đến mức được gọi là "con của sấm sét," song, sau khi được biến đổi bởi quyền năng của Đức Chúa Trời, ông đã trở thành sứ đồ của tình yêu thương. Giăng đã theo hầu việc Chúa Jêsus, tìm kiếm sự vinh quang nước thiên đàng. Ông là môn đệ duy nhất được nghe bảy lời cuối cùng của Chúa Jêsus trên thập tự giá. Ông đã trung tín trong bổn phận của mình với tư cách là một sứ đồ, và đã trở nên người được quý trọng trong nước thiên đàng.

Với công cuộc bắt bớ Cơ Đốc Giáo cách khốc liệt của Đế Quốc La Mã, Giăng đã bị ném vào chảo dầu sôi, song không phải chịu án chết mà bị đày ra đảo Bátmô. Ở đây, ông đã tương giao sâu nhiệm cùng Đức Chúa Trời và đã chép lại những sự kín nhiệm về nước thiên đàng trong sách Khải Huyền.

Giăng đã viết rất nhiều về những sự thiêng liêng, như Ngai của Đức Chúa Trời và của Chiên Con ở thiên đàng, sự thờ phượng ở thiên đàng, bốn con sinh vật chung quanh Ngai Đức Chúa Trời, Bảy Năm Đại Nạn, và vai trò của các thiên sứ, Đại Tiệc Cưới của Chiên Con và Thời Đại Hoàng Kim, Sự Phán Xét Cuối Cùng trước Tòa Trắng, địa ngục, Giêrusalem Mới ở thiên đàng, và vực thẳm không đáy, tức Âm phủ.

Vậy nên sứ đồ Phaolô có nói trong Khải Huyền 1:1-3 là Sách được chép lại bởi sự hiện thấy và sự bày tỏ từ Chúa, ông đã chép lại mọi sự ấy và chúng sẽ sớm được ứng nghiệm.

Sự mặc thị cuả của Đức Chúa Jêsus Christ mà Đức Chúa Trời đã ban cho Ngài đặng đem tỏ ra cùng tôi tớ Ngài những điều kíp phải xảy đến, thì Ngài đã sai thiên sứ đến tỏ những điều đó cho Giăng, tôi tớ Ngài, là kẻ đã rao truyền lời Đức Chúa Trời và chứng cớ của Đức Chúa Jêsus Christ, về mọi điều mình đã thấy. Phước cho kẻ đọc cùng những kẻ nghe lời tiên tri này, và giữ theo điều đã viết ra đây. Vì thì giờ đã gần rồi. (Huyền 1:1-3).

Cụm từ "thì giờ đã gần rồi" ngụ ý rằng ngày Chúa trở lại đang đến gần. Vì vậy, việc có đủ phẩm cách để vào nước thiên đàng qua việc được cứu bởi đức tin là điều vô cùng quan trọng.

Cho dù chúng ta vẫn đến hội thánh mỗi tuần, song chẳng thể được cứu trừ phi chúng ta có đức tin được cặp theo bởi việc làm. Trong Mathiơ 7:21, Chúa Jêsus phán: *"Chẳng phải hễ những kẻ nói cùng ta rằng: Lạy Chúa, lạy Chúa, thì đều được vào nước thiên đàng đâu; nhưng chỉ những kẻ làm theo ý muốn của Cha ta trên trời mà thôi."* Vậy, nếu không làm theo lời Chúa, rõ ràng chúng ta không thể vào được thiên đàng.

Vậy nên, sứ đồ Phaolô giảng giải cụ thể trong Khải Huyền 4-22 về những sự sẽ xảy đến cùng những lời tiên tri là những điều sẽ xảy đến và sớm được ứng nghiệm, và kết luận rằng Chúa sẽ trở lại và chúng ta phải giặt áo mình.

Nầy, ta sẽ đến mau chóng, và đem phần thưởng theo với ta, để trả cho mỗi người tùy theo công việc họ làm. Ta là Anpha và Ômêga, là thứ nhứt và là sau chót, là đầu và là rốt. Phước cho những kẻ giặt áo mình đặng có phép đến nơi cây sự sống và bởi các cửa mà vào trong thành! (Khải Huyền 22:12-14).

Về thuộc linh, tấm áo tượng trưng cho tấm lòng và hành động. Giặt áo là nói đến ăn năn tội và cố gắng sống theo ý muốn của Đức Chúa Trời.

Vậy cho đến chừng chúng ta sống theo lời Chúa, chúng ta sẽ qua được các cửa cho đến khi nào vào được thiên đàng xinh đẹp nhất, Giêrusalem Mới.

Trong cuốn *Tầm Thước Đức Tin* là sách sẽ sớm được xuất bản, chúng ta sẽ được biết rằng đức tin cũng cần có một tiến trình để phát triển. Bởi vậy, sứ đồ Phaolô đã phân loại đức tin thành đức tin con đỏ, con trẻ, những kẻ trẻ tuổi, những bậc thành nhân.

Thế thì, chúng ta hãy nhận biết rằng, đức tin chúng ta càng lớn bao nhiêu, chúng ta sẽ có một nơi ở tốt hơn bấy nhiêu ở thiên đàng.

Những Kín Nhiệm Về Thiên Đàng Đang Được Mặc Thị Ngay Trong Hiện Tại

Khoảng hai ngàn năm trôi qua kể từ khi sách Khải Huyền được viết bởi sứ đồ Giăng, ngày nay, thời điểm Chúa trở lại mỗi ngày thêm gần hơn. Do vậy Đức Chúa Trời đã mở mắt thuộc linh cho một số người, khiến họ nhìn thấy được thiên đàng và địa ngục. Ngài cho phép linh hồn một số người khác đến thăm thiên đàng và địa ngục một đôi lần, và khích lệ họ rao truyền những điều mình đã thấy đến cả những kẻ tin và kẻ chẳng tin.

Tôi lấy làm tiếc vì không thể giảng giải được nhiều về thiên đàng và địa ngục vì chúng thuộc về lĩnh vực thiêng liêng quá rộng lớn. Đôi khi người ta lại phân phát sứ điệp một cách sai trật, hoặc người nghe không hiểu được trọn vẹn.

Tôi đem lòng khao khát được biết thật nhiều về thiên đàng, và đã được Chúa nhậm lời, Ngài đã tỏ cho tôi nhiều kín nhiệm về thiên đàng cách rõ ràng sau khi tôi đã nhiều lần kiêng ăn và cầu nguyện trong bảy năm. Vào tháng 5, 1984, gần ngày sinh nhật tôi, Đức Chúa Trời đã khiến tôi kiêng ăn trong ba ngày tại nhà nguyện, là một nơi cách xa những thành viên trong hội thánh, tại đây tôi có một cuộc tương giao sâu nhiệm với Ngài. Bấy giờ Ngài giảng giải tường tận về thiên đàng, những sự ấy chiếm khoảng 120 trang giấy học sinh. Ngài tỏ cho tôi về những điều kỳ diệu, sự kinh ngạc, cùng cuộc sống phước hạnh ở thiên đàng, và những nơi ở khác nhau cùng những phần thưởng mà người ta sẽ nhận tùy theo lượng đức tin của họ. Vào một thời điểm đặc biệt trong chức vụ, có lần tôi đã rao giảng về thiên đàng trong nhiều tháng.

Sau đó, Đức Chúa Trời đã bày tỏ nhiều hơn về những sự kín nhiệm của thiên đàng khi Ngài thông giải cho tôi về sách Khải Huyền, và Ngài còn tiếp tục thông giải những sự đó một cách sâu nhiệm hơn sau năm 1998. Đức Chúa Trời đã tỏ bày rất nhiều điều kín giấu từ trước buổi sáng thế, cũng giống như sứ đồ Phaolô đã thừa nhận "những điều mà chẳng ai được phép nói," có nhiều điều tôi không thể nói được.

Vì một vài lý do nào đó, Đức Chúa Trời không những tỏ cho tôi biết về thiên đàng mà còn về những sâu nhiệm của thế giới thiêng liêng. Trước hết, Ngài muốn nhiều người được cứu qua lời chứng của tôi về chính Ngài là Đấng hiện hữu từ trước vô cùng qua sứ điệp Jêsus Christ là Cứu Chúa. Kế theo, Đức Chúa Trời là Đấng thánh khiết và trọn vẹn, muốn con cái của Ngài cũng trở nên thánh khiết và trọn vẹn, và sửa soạn mình để chờ đón sự trở lại của Chúa, hầu cho chúng ta trở nên xinh đẹp như những tân nương qua sự rao giảng về phúc âm thiêng liêng.

Bởi vậy, chúng ta hãy nhận biết rằng sự cuối cùng đang đến rất gần, hãy rao giảng phúc âm và cố gắng trau dồi mình để trở nên tân nương xinh đẹp của Chúa Jêsus Christ, hầu cho chúng ta có thể vào được Giêrusalem Mới là nơi sáng láng và xinh đẹp như pha lê.

Những Kín Nhiệm Của Thiên Đàng Được Tỏ Ra Trong Thời Sau Rốt

Chúng ta hãy tìm hiểu sâu hơn về những điều mầu nhiệm của thiêng đàng được tỏ ra và trở thành sự thật vào những ngày sau cuối qua những thí dụ của Chúa Jêsus trong Mathiơ 13.

Ngài Sẽ Chia Kẻ Ác Với Người Công Bình

Trong Mathiơ 13:47-50, Chúa Jêsus nói rằng nước thiên đàng giống như một tay lưới thả xuống biển, bắt đủ mọi thứ cá. Điều đó có ý nghĩa gì?

Nước thiên đàng cũng giống như một tay lưới thả xuống biển, bắt đủ mọi thứ cá. Khi lưới được đầy rồi, thì người đánh cá kéo lên bờ; đoạn, ngồi mà chọn giống tốt để riêng ra, đem bỏ vào rổ, còn giống xấu thì ném đi. Đến ngày tận thế cũng như vậy: Các thiên sứ sẽ đến và chia kẻ ác với người công bình ra, ném những kẻ ác vào lò lửa; ở đó sẽ có khóc lóc và nghiến răng.

"Biển" ở đây nói đến thế gian, "cá" nói đến hết thảy kẻ tin, Đức Chúa Trời là người đánh cá thả lưới xuống biển để bắt cá.

Vậy Đức Chúa Trời thả lưới xuống biển, khi lưới đầy cá thì kéo lên, rồi chọn cá tốt bỏ vào rổ, còn giống xấu thì ném đi, với ngụ ý gì? Điều nầy cho chúng ta biết rằng vào ngày tận thế, thiên sứ sẽ đến để đem những người công bình về thiên đàng, còn kẻ xấu thì ném xuống địa ngục.

Ngày nay nhiều người nghĩ rằng, chỉ cần tuyên bố rằng mình tin nhận Chúa Jêsus thì họ chắc chắn được vào thiên đàng. Song Chúa Jêsus phán: *"Các thiên sứ sẽ đến và chia kẻ ác với người công bình ra, ném những kẻ ác vào lò lửa."* "Người công bình" ở đây nói đến những người được xưng "công bình" nhờ việc tin Chúa Jêsus Christ trong lòng và thể hiện niềm tin đó qua việc làm. Chúng ta được xưng công bình không phải vì chúng ta biết lời Chúa, mà bèn là vâng giữ mạng lệnh và làm theo ý muốn của Ngài (Mathiơ 7:21).

Trong Kinh Thánh, có những việc "Nên Làm" "Không Nên Làm" "Vâng Giữ" và "Quăng Xa." Chỉ những ai sống theo lời Đức Chúa Trời mới là những "người công bình" và được coi là có đức tin thiêng liêng, sống động. Có những người theo lệ thường được xem là công bình, song người ta có thể được phân loại theo tiêu chuẩn của con người hoặc theo tiêu chuẩn của Đức Chúa Trời. Vậy nên, chúng ta nên nhận biết về sự khác nhau giữa công bình đối với con người và công bình đối với Đức Chúa Trời, để rồi chúng ta sẽ trở thành người công bình trước mặt Đức Chúa Trời.

Ví dụ, nếu có một người tự xưng mình là kẻ trộm công chính, thì ai sẽ thừa nhận anh ta là công chính? Nếu những người tự xưng mình là "con cái của Đức Chúa Trời," mà tiếp tục phạm tội, chẳng làm theo theo lời Chúa, thì họ chẳng thể được gọi là "công chính." Đây là những kẻ gian ác trong những người "công chính."

Các Đặc Điểm Khác Nhau Của Những Thân Thể Thuộc Về Trời

Nếu tin nhận Chúa Jêsus và chỉ sống theo lời Chúa, chúng ta sẽ tỏa sáng như mặt trời nơi thiên quốc. Sứ đồ Phaolô viết về những kín nhiệm của thiên đàng trong 1 Côrinhtô 15:40-41, cụ thể như sau:

> *Lại cũng có hình thể thuộc về trời, hình thể thuộc về đất, nhưng vinh quang của hình thể thuộc về trời với hình thể thuộc về đất thì khác nhau. Vinh quang của mặt trời khác, vinh quang của mặt trăng khác, vinh quang của ngôi sao khác, vinh quang của ngôi sao nầy với ngôi sao kia cũng khác.*

Vì người ta được vào thiên đàng bởi đức tin, nên có thể nhận ra rằng sự vinh quang của thiên đàng sẽ khác nhau tùy vào lượng đức tin của mỗi người. Đó là tại sao có sự khác nhau về vinh quang của mặt trời, nặt trăng, và của các ngôi sao; ngay cả trong những ngôi sao, thì mức độ ánh sáng của chúng cũng khác nhau.

Chúng ta hãy nhìn vào một sự kín nhiệm khác về thiên đàng qua thí dụ về hột cải trong Mathiơ 13:31-32:

> *[Chúa Jêsus] lấy ví dụ khác mà phán rằng: Nước thiên đàng giống như một hột cải mà người kia lấy gieo trong ruộng mình; hột ấy thật nhỏ hơn các giống khác, song khi đã mọc lên thì lớn hơn các giống rau, và trở nên cây cối, cho đến nỗi chim trời làm ổ trên nhành nó được.*

Một hột cải thì chỉ bằng dấu chấm bút bi. Song hột cải nhỏ

nẩy sẽ lớn lên thành cây cối đến nỗi chim trời có thể đến trú ngụ trên đó. Vậy Chúa Jêsus muốn dạy dỗ chúng ta điều gì qua hột cải nẩy? Ngài dạy rằng nước thiên đến bởi đức tin, và có những lượng đức tin khác nhau. Vậy nên cho dù lúc nẩy chúng ta có đức tin "nhỏ," chúng ta có thể nuôi dưỡng đức tin ấy thành một đức tin lớn.

Ngay Cả Đức Tin Nhỏ Bằng Hột Cải

Trong Mathiơ 17:20, Chúa Jêus phán rằng, *"Ấy là tại các người ít đức tin; vì ta nói thật cùng các ngươi, nếu các ngươi có đức tin bằng một hột cải, sẽ khiến núi nầy rằng: Hãy dời đây qua đó, thì nó liền dời qua, và không có sự gì mà các ngươi không làm được."* Đáp lại yêu cầu của các môn đệ *"Xin thêm đức tin cho chúng tôi!"* Chúa Jêsus phán, *"Nếu các ngươi có đức tin trộng bằng một hột cải, các ngươi khiến cây dâu nầy rằng: Hãy nhổ đi mà trồng dưới biển, thì nó sẽ vâng lời."* (Luca 17:5-6).

Ý nghĩa thiêng liêng của sự dạy dỗ nẩy là gì? Điều nầy ngụ ý rằng, khi đức tin nhỏ bằng hột cải lớn lên thành đức tin lớn, thì có việc gì là không thể. Khi người ta tin nhận Chúa Jêsus, thì họ được ban cho đức tin nhỏ bằng hột cải. Khi người đem đức tin ấy mà gieo trong lòng mình, thì nó sẽ mọc lên. Khi nó lớn thành cây cối là nơi mà chim trời có thể đến ở, thì người ấy sẽ thấy được công việc quyền năng của Đức Chúa Trời mà Chúa Jêsus đã thực hiện, như kẻ mù sáng mắt, kẻ điếc rỗng tai, kẻ câm mở miệng, và kẻ chết sống lại.

Nếu nghĩ rằng mình có đức tin, song chúng ta không thể bày tỏ công việc quyền năng của Đức Chúa Trời, và vẫn còn gặp nan đề trong gia đình và công việc, ấy là vì đức tin nhỏ như hột cải của chúng ta chưa lớn thành cây cối.

Tiến Trình Lớn Lên Của Đức Tin Thiêng Liêng

Trong 1 Giăng 2:12-14, vị sứ đồ nầy giải thích ngắn gọn về tiến trình lớn lên của đức tin thiêng liêng như sau:

Hỡi các con bé mọn ta, ta viết cho các con, vì tội lỗi các con đã nhờ danh Chúa được tha cho. Hỡi các bậc phụ lão tôi viết cho các ông, vì các ông đã biết Đấng từ lúc ban đầu. Hỡi kẻ trẻ tuổi, ta viết cho các ngươi, vì các ngươi đã thắng được ma quỉ. Hỡi con trẻ, ta đã viết cho các con, vì các con biết Đức Chúa Cha. Hỡi phụ lão, tôi viết cho các ông, vì các ông đã biết Đấng có từ lúc ban đầu. Hỡi kẻ trẻ tuổi, ta đã viết cho các ngươi, vì các ngươi là mạnh mẽ, lời Đức Chúa Trời ở trong các ngươi, và các ngươi đã thắng được ma quỉ.

Chúng ta hãy nhận biết rằng đức tin có một tiến trình phát triển của nó. Chúng ta hãy phát triển đức tin của mình thành đức tin của các phụ lão, là đức tin khiến chúng ta có thể biết được Đức Chúa Trời là Đấng có từ lúc ban đầu. Chúng ta chớ nên thỏa lòng với đức tin con trẻ, là đức tin được tha tội nhờ danh Chúa Jêsus Christ.

Nước thiên đàng lại giống như Chúa Jêsus nói trong Mathiơ 13:33, *"Nước thiên đàng giống như men mà người đàn bà kia lấy trộn vào trong ba đấu bột, cho đến chừng nào bột dậy cả lên."*

Thế thì, chúng ta nên hiểu rằng sự tăng trưởng đức tin từ lúc nhỏ như hột cải thành một đức tin lớn có thể được thực hiện cách mau chóng như tác dụng của men làm dậy cả một đống bột nhào. Như có nói trong 1 Côrinhtô 12:9, đức tin là một ân tứ thuộc linh do Đức Chúa Trời ban cho.

Nước Thiên Đàng Phải Trả Giá Bằng Tất Cả Những Gì Chúng Ta Có

Chúng ta cần những cố gắng cụ thể để có được nước thiên đàng vì thiên đàng chỉ có được bởi đức tin, và cần một tiến trình để đức tin trưởng thành. Ngay cả ở đời nầy, chúng ta phải cố gắng khổ cực để trở nên giàu có và nổi danh, ví dụ, để có một ngôi nhà, chúng ta không phải cứ nói đến việc kiếm tiền để mua. Chúng ta phải nổ lực khó nhọc để mua và duy trì mọi thứ trong đó, là những thứ mà chúng ta không thể nào gìn giữ được đến đời đời. Vậy thì huống chi là những vinh quang và nơi ở trên thiên đàng là những thứ chẳng hề hư mất thì chúng ta cần phải cố gắng là biết dường bao? Trong Mathiơ 13:44, Chúa Jêsus nói rằng:

Nước thiên đàng giống như của báu chôn trong một đám ruộng kia. Một người kia tìm được thì giấu đi, vui mừng mà trở về, bán hết gia tài mình, mua đám ruộng đó.

Ngài tiếp tục nói về nước thiên đàng qua Mathiơ 13:45-46:

Nước thiên đàng lại gống như một người lái buôn kiếm được ngọc châu tốt, khi đã tìm được một hột châu quí giá, thì đi bán hết gia tài mình mà mua hột châu đó.

Vậy, sự kín nhiệm về thiên đàng được tỏ bày qua thí dụ về của báu chôn trong một đám ruộng, và ngọc châu tốt là gì? Chúa Jêsus thường nói đến những thí dụ với các chủ đề rất dễ tìm thấy trong cuộc sống hàng ngày. Chúng ta hãy nhìn vào thí dụ về "của báu chôn trong một đám ruộng."

Có một người nông dân kia làm việc kiếm sống qua ngày.

Một hôm nọ, có người hàng xóm gọi sang làm. Người nông dân được cho biết rằng miếng đất nầy đã bị cằn cỗi vì đã bỏ hoang lâu ngày, song người xóm giềng ấy không muốn bỏ đất hoang bèn thuê người nông dân ấy đến trồng một số cây ăn trái. Người nông dân nhận lời. Một ngày nọ, đương khi dọn đất, anh ta nghe có cái gì đó rất cứng dưới xẻng mình. Tiếp tục đào, anh ta phát hiện ra báu vật chôn dưới đất. Thế là anh ta bắt đầu nghĩ đến cách để có được báu vật nầy. Người nông dân quyết định mua miếng đất có chôn báu vật trong đó, và miếng đất thì cằn cỗi, hầu như đất bỏ hoang, nên người nông dân nghĩ rằng chủ nó có lẽ sẽ bán mà không ngần ngại gì.

Người nông dân trở về nhà mình, đem hết những gì mình có ra bán. Lúc nầy người nông dân chẳng hề tiếc về việc bán hết những gì mình có, vì anh ta đã khám phá ra báu vật, là thứ có giá trị hơn hết thảy những tài sản mình.

Thí Dụ Về Báu Vật Chôn Trong Một Đám Ruộng

Chúng ta phải nhận biết điều gì qua thí dụ về báu vật chôn trong một đám ruộng nầy? Tôi hy vọng rằng chúng ta sẽ hiểu được sự kín nhiệm về thiên đàng qua việc nhìn vào ý nghĩa thuộc linh của ví dụ nầy trong bốn phương diện.

Thứ nhất, đám ruộng là tượng trưng cho tấm lòng chúng ta và báu vật tượng trưng cho thiên đàng. Điều nầy ngụ ý rằng, thiên đàng giống như báu vật chôn trong lòng chúng ta.

Đức Chúa Trời tạo nên loài người có linh, hồn, và thể xác. Linh đóng vai trò chủ thể của loài người dùng để tương giao với Đức Chúa Trời. Phần hồn là để vâng phục phần linh, còn thể xác là chỗ ở của linh và hồn. Vậy nên, con người đã từng là một loài sinh linh, như có nói trong Sáng Thế 2:7.

Dầu vậy, từ khi con người đầu tiên là Ađam phạm tội bất tuân, phần linh, chủ thể của con người, đã bị chết, và từ đó phần hồn đã nắm vai chủ thể. Bấy giờ con người sa vào nhiều tội lỗi và phải đi vào con đường chết vì cớ họ không còn tương giao với Đức Chúa Trời được nữa. Bấy giờ họ là con người thuộc về phần hồn chịu phục dưới quyền của kẻ thù là Satan và ma quỉ.

Vì vậy, Đức Chúa Trời của tình yêu thương đã sai Con một của Ngài là Chúa Jêsus đến thế gian, và để cho Ngài chịu thập hình, đổ huyết làm của lễ cứu chuộc tội lỗi nhân loại. Nhờ đó, con đường cứu rỗi được mở ra để chúng ta trở thành con cái của Đức Chúa Trời chí thánh và trở lại tương giao với Ngài.

Cho nên hễ ai tin nhận Chúa Jêsus làm Cứu Chúa mình thì sẽ nhận lãnh được Đức Thánh Linh, và tâm linh được hồi sinh. Người đó cũng được quyền trở nên con cái của Đức Chúa Trời và sự vui mừng đầy dẫy lòng mình.

Có nghĩa rằng phần tâm linh đã trở lại tương giao với Đức Chúa Trời và làm chủ trên phần hồn và xác với tư cách là chủ thể của loài người. Điều nầy cũng có nghĩa rằng con người đã trở lại kính sợ Đức Chúa Trời và làm theo lời Ngài, thực hiện bổn phận được Ngài giao phó cho.

Ấy vậy, sự phục hồi tâm linh cũng giống như việc tìm thấy báu vật chôn trong một đám ruộng. Nước thiên đàng giống như báu vật chôn trong đám ruộng vì bấy giờ nước thiên đàng hiện hữu trong lòng chúng ta.

Thứ hai, một người tìm thấy báu vật chôn trong ruộng và trở nên vui mừng, ngụ ý rằng nếu người ta tin nhận Chúa Jêsus và nhận lãnh Đức Thánh Linh, phần linh đã chết sẽ hồi sinh, và người ấy sẽ nhận biết rằng có thiên đàng trong lòng mình và trở nên vui mừng.

Trong Mathiơ 11:12, Chúa Jêsus nói rằng: *"Từ ngày Giăng Báptít đến nay, nước thiên đàng bị hãm ép, và kẻ hãm ép đó choáng lấy."* Sứ đồ Giăng cũng chép trong Khải Huyền 22:14, *"Phước thay cho những kẻ giặt áo mình đặng có phép đến nơi cây sự sống và bởi các cửa mà vào trong thành!"*

Chúng ta có thể học được gì qua sự dạy dỗ rằng chẳng phải hễ ai tin nhận Chúa Jêsus đều sẽ được vào cùng một nơi ở trên thiên đàng. Cho đến chừng chúng ta có đồng tâm tình với Chúa và trở nên trung tín, chúng ta sẽ được thừa hưởng một nơi ở xinh đẹp hơn.

Vậy thì, những ai yêu mến Đức Chúa Trời và hy vọng về nước thiên đàng sẽ làm theo lời Chúa trong mọi sự và trở nên giống Chúa nhờ việc quăng xa mọi điều gian ác.

Chúng ta có được thiên đàng, lòng chúng tràn đầy niềm vui thiên đàng, là nơi chỉ có sự nhơn lành và lẽ thật. Ngay trên đất nầy, khi chúng ta nhận biết rằng có thiên đàng trong lòng, chúng ta sẽ được tràn đầy niềm vui.

Đây là niềm vui mà chúng ta có được khi lần đầu gặp được Chúa Jêsus Christ. Nếu người ta phải đi vào con đường chết song bắt gặp được một chân lý sống và thiên đàng vĩnh hằng qua Chúa Jêsus Christ, thì người ấy sẽ mừng vui biết dường nào! Người ấy cũng sẽ đầy lòng biết ơn vì mình có thể tìm thấy được thiên đàng trong lòng. Đồng một thể ấy, niềm hân hoan của một người khi tìm thấy báu vật chôn trong ruộng, chính là niềm vui tin nhận Chúa Jêsus Christ và có thiên đàng trong lòng.

Thứ ba, lại giấu báu vật sau khi tìm thấy ngụ ý rằng tâm linh chết của con người đã được phục hồi và muốn sống theo ý Chúa, song anh ta không thể hành động theo ý muốn của mình vì người ấy chưa nhận quyền năng để sống theo Lời Chúa.

Vừa khi tìm thấy báu vật, người nông dân không thể đào ngay để lấy nó. Trước hết, người phải bán tài sản mình để mua ruộng. Cũng vậy, chúng ta biết có thiên đàng và địa ngục, và biết cách để vào được thiên đàng khi tin nhận Chúa Jêsus Christ, song chúng ta không thể bày tỏ hành động của mình ngay khi vừa mới nghe lời Chúa.

Vì trước khi tin nhận Chúa Jêsus Christ, chúng ta đã sống trong sự gian ác, nghịch với lời Chúa, và sự gian ác đó còn lại rất nhiều trong lòng chúng ta. Bấy giờ, nếu không quăng xa hết thảy những điều gian dối ra khỏi lòng trong khi xưng nhận niềm tin nơi Đức Chúa Trời, Satan sẽ tiếp tục đưa chúng ta vào con đường tối tăm đến nỗi không thể sống theo lời Chúa. Như người nông dân mua đám ruộng sau khi bán hết tài sản mình, chúng ta có được báu vật trong lòng chỉ khi chúng ta cố gắng quăng xa mọi tư tưởng gian dối để có một tấm lòng ngay thẳng mà Đức Chúa Trời ưa thích.

Vì thế, chúng ta phải làm theo lẽ thật, ấy là lời Đức Chúa Trời, bằng cách nương cậy vào Chúa và sốt sắng cầu nguyện. Chỉ như vậy thì chúng ta mới có thể quăng xa sự gian dối ra khỏi đời sống mình và nhận lãnh quyền năng để sống theo lời Chúa. Chúng ta hãy ghi nhớ rằng nước thiên đàng chỉ dành cho những hạng người như vậy.

Thứ tư, bán hết tài sản ngụ ý rằng muốn cho phần tâm linh chết sống lại và thành chủ thể con người, chúng ta phải phá bỏ hết mọi thứ giả dối thuộc về phần hồn.

Khi tâm linh chết sống lại, chúng ta sẽ nhận biết có thiên đàng. Chúng ta sẽ có được thiên đàng qua việc phá bỏ hết các tư tưởng sai trật, là thứ thuộc về phần hồn và chịu phục dưới quyền của Satan, và bởi đức tin có việc làm. Giống như một chú gà con phải phá lớp vỏ trứng để bước ra thế giới bên ngoài.

Vậy thì, chúng ta phải quăng xa hết thảy các việc làm và sự thèm muốn của xác thịt để có được thiên đàng cách trọn vẹn. Và lại, chúng ta phải nên thánh trọn vẹn để được giống Chúa trong bản thể thiêng liêng của Ngài (1 Têsalônica 5:23).

Những việc làm của xác thịt là hiện thân của những điều ác trong lòng được thể hiện qua hành động. Những thèm muốn của xác thịt nói đến hết thảy bản tính tội lỗi trong lòng mà nó có thể trở thành sự thật bất kỳ lúc nào, cho dù nó chưa bày tỏ qua hành động. Ví dụ, nếu chúng ta nuôi thù hận trong lòng, nó là sự thèm muốn của xác thịt, và sự thù hận nầy dẫn đến việc gây tổn hại đến người khác, đây là việc làm của xác thịt.

Galati 5:19 -21 khẳng định,

Vả, các việc làm của xác thịt là rõ ràng lắm: Ấy gian dâm, ô uế, luông tuồng, thờ hình tượng, phù phép, thù oán, tranh đấu, ghen ghét, buồn giận, cãi lẫy, bất bình, bè đảng, ganh gổ, say sưa, mê ăn uống, cùng các sự khác giống như vậy. Tôi nói trước cho anh em, như tôi đã nói rồi: Hễ ai phạm những việc thể ấy thì không được hưởng nước Đức Chúa Trời.

Rôma 13:13-14 cũng nói nói rằng, *"Hãy bước đi cách hẳn hoi như giữa ban ngày. Chớ nộp mình vào sự quá độ và say sưa, buông tuồng và bậy bạ, rầy rà và ghen ghét; nhưng hãy mặc lấy Đức Chúa Jêsus Christ, chớ chăm nom về xác thịt mà làm cho phỉ lòng dục nó."* Và Rôma 8:5 cũng nói rằng: *"Thật thế, kẻ sống theo xác thịt thì chăm những sự thuộc về xác thịt; còn kẻ sống theo Thánh Linh thì chăm những sự thuộc về Thánh Linh."*

Thế thì, bán hết những gì mình có nghĩa là phá bỏ sự dối giả nghịch lại ý muốn của Đức Chúa Trời trong phần hồn của chúng ta và quăng xa những việc làm cùng những thèm khác của xác thịt, là những thứ không xứng hợp với lời Chúa, và hết thảy những gì khiến ta yêu mến chúng hơn yêu Chúa.

Nếu tiếp tục quăng xa tội lỗi cùng những điều gian ác theo cách nầy, tâm linh chúng ta sẽ được phục hồi ngày càng hơn và chúng ta sẽ có thể sống theo lời Chúa và làm theo sự ưa muốn của Đức Thánh Linh. Cuối cùng chúng ta sẽ thành con người có thần linh có thể đạt được bổn tánh thiêng liêng của Chúa (Philíp 2:5-8).

Nước Thiên Đàng Có Được Như Chính Nước Thiên Đàng Được Hoàn Thành Trong Lòng

Người có được thiên đàng bởi đức tin ấy là người bán hết tài sản mình qua việc quăng xa mọi điều gian ác và có được nước thiên đàng trong lòng. Dần dần, khi Chúa trở lại, hình bóng đó trở thành sự thật và người ấy sẽ có được nước thiên đàng đời đời. Kẻ có được thiên đàng là người giàu có nhất cho dù người ấy đã mất hết mọi thứ thuộc về thế gian nầy. Song, ai không có được nước thiên đàng là kẻ nghèo khó nhất, là kẻ thật ra chẳng có gì, cho dù anh ta có mọi thứ ở đời nầy. Vì tất cả những gì ta cần chính là được ở trong Chúa Jêsus Christ, ngoài Chúa Jêsus ra, mọi thứ đều là vô nghĩa vì sau sự chết chỉ có sự đoán phạt đời đời đang chờ đợi.

Ấy là tại sao Mathiơ đã từ bỏ hết công việc để theo Chúa Jêsus. Phierơ đã bỏ thuyền bỏ lưới mà theo Chúa. Thậm chí sứ đồ Phaolô sau khi tin nhận Chúa Jêsus đã xem mọi thứ là rơm rác. Hết thảy các sứ đồ đều có thể làm như vậy là vì họ muốn tìm kiếm báu vật, là thứ mà không gì ở thế gian nầy có thể sánh được, nên họ đã bỏ hết công việc để tìm kiếm nó.

Cũng vậy, chúng ta phải bày tỏ đức tin qua việc làm bằng cách vâng theo lẽ thật của lời Chúa, lánh xa mọi điều giả dối là những thứ chống nghịch Đức Chúa Trời. Chúng ta phải hoàn thành nước thiên đàng trong lòng mình bằng cách tống khứ mọi điều giả dối, chống nghịch, kiêu ngạo, liều lĩnh, là những thứ mà từ bấy nay chúng ta xem như của quý trong lòng.

Vậy nên, chúng ta chớ hướng lòng về của cải đời nầy, mà hãy tống khứ hết những gì mình có để hoàn thành nước thiên đàng trong lòng và thừa hưởng thiên quốc vĩnh hằng.

Trong Nhà Cha Ta Có Nhiều Chỗ ở

Khi đọc Giăng 14:1-3, chúng ta có thể thấy trên thiên đàng có nhiều chỗ ở, và Chúa Jêsus đã đi sắm sẵn cho chúng ta một chỗ.

Lòng các ngươi chớ hề bối rối; hãy tin Đức Chúa Trời, cũng hãy tin ta nữa. trong nhà Cha ta có nhiều chỗ ở; bằng chẳng vậy, ta đã nói cho các ngươi rồi. Ta đi sắm sẵn cho các ngươi một chỗ. Khi ta đã đi và sắm sẵn cho các ngươi một chỗ rồi, ta sẽ trở lại đem các ngươi đi với ta, hầu cho ta ở đâu thì các ngươi cũng ở đó.

Chúa Đã Sắm Sẵn Nơi ở Cho Chúng Ta Trên Thiên Đàng

Chúa Jêsus bày tỏ cho các môn đệ Ngài những điều sắp xảy đến trước khi Ngài chịu nộp mình cho sự thập hình. Nhìn các môn đệ với vẻ mặt đầy lo âu sau khi nghe đến sự phản bội của Giuđa Íchcariốt, sự chối Chúa của Phierơ, và sự chết của Ngài, Chúa

Jêsus đã yên ủi họ qua việc nói về những nơi ở trên thiên đàng.

Ngài phán rằng, "Trong nhà Cha ta có nhiều chỗ ở; bằng chẳng vậy, ta đã nói cho các ngươi rồi. Ta đi sắm sẵn cho các ngươi một chỗ." Chúa Jêsus đã chịu đóng đinh và sống lại sau ba ngày, bẻ gãy quyền của sự chết. Sau bốn mươi ngày, Ngài thăng thiên về trời đương khi nhiều người nhìn xem. Ngài đã đi sắm sẵn nơi ở cho chúng ta trên thiên đàng.

Trong trường hợp nầy, "Ta đi sắm sẵn cho các ngươi một chỗ" có ý nghĩa gì? Như có chép trong 1 Giăng 2:2, *"Ấy chính Ngài làm của lễ chuộc tội lỗi chúng ta, không những vì tội lỗi chúng ta thôi đâu, mà cũng vì tội lỗi cả thế gian nữa."* Điều nầy có nghĩa rằng, Chúa Jêsus đã phá đổ bức tường tội lỗi ngăn cách chúng ta với Đức Chúa Trời, hầu cho mọi người đều có thể vào được thiên đàng bởi đức tin.

Nếu không có Chúa Jêsus Christ, bức tường tội lỗi ngăn cách giữa chúng ta với Đức Chúa Trời vẫn còn nguyên. Trong thời Cựu Ước, khi người ta phạm tội, họ phải dâng súc vật làm của lễ chuộc tội mình. Song Chúa jêsus đã dâng chính thân thể mình để làm của lễ một lần đủ cả hầu cho tội chúng ta được tha và theo ý muốn đó chúng ta được nên thánh (Hêbơrơ 10:12-14).

Chỉ qua Chúa Jêsus, bức tường tội lỗi giữa chúng ta với Đức Chúa Trời mới được phá đổ, và có thể nhận được ân phước để được vào nước thiên đàng, vui hưởng sự sống đời đời vui sướng và tốt đẹp.

Trong Nhà Cha Ta Có Nhiều Chỗ Ở

Trong Giăng 14:2 Chúa Jêsus nói rằng, *"Trong nhà Cha ta có nhiều chỗ ở."* Tấm lòng của Chúa như tan ra trong lời nầy, Ngài không muốn một linh hồn nào bị hư mất. Chính vì lẽ đó, mà Chúa Jêsus đã nói "Trong nhà Cha ta," thay vì "Trong nước thiên đàng"! Đức Chúa Trời không muốn những "công dân" bèn là "con cái" để chia sẻ tình yêu thương đời đời với họ với tư cách của một người cha.

Thiên đàng thuộc quyền quản trị của Đức Chúa Trời , có đủ chỗ ở cho hết thảy những kẻ được cứu. Đây cũng là nơi xinh đẹp khác thường đến nỗi thế gian nầy không thể nào sánh được. Chúng ta cũng không thể đủ khả năng để suy tưởng về sự rộng lớn của nó. Nơi xinh đẹp và vinh quang nhất thiên đàng là Giêrusalem Mới, nơi có Ngai Đức Chúa Trời ngự tọa. Giống như ở thủ đô Seoul Hàn Quốc có Nhà Xanh, ở thủ đô Hoa Kỳ có Nhà Trắng tại Washington, D.C, là nơi ở dành cho tổng thống, ở Giêrusalem Mới có Ngai của Đức Chúa Trời.

Thế thì, Giêrusalem Mới ở đâu? Ấy là nơi có vị trí tại trung tâm thiên đàng, là nơi ở đời đời của những kẻ giữ trọn đức tin và sống đẹp ý chúa. Ngược lại, Baradi là miền cách xa nơi trung tâm thiên đàng nhất. Đây là nơi dành cho những kẻ tin nhận Chúa Jêsus, song chẳng có đóng góp gì cho vương quốc thiên đàng, giống như một kẻ cướp bị đóng đinh bên cạnh Chúa Jêsus đã tin nhận Ngài và được cứu.

Nước Thiên Đàng Được Ban Cho Tùy Theo Lượng Đức Tin

Tại sao Đức Chúa Trời sắm sẵn nhiều chỗ ở cho con cái Ngài trên thiên đàng? Đức Chúa Trời là Đấng công bình, Ngài để cho chúng ta gặt những gì mình đã gieo (Galati 6:7), và ban thưởng cho mỗi người tùy vào việc họ đã làm (Mathiơ 16:27; Khải Huyền 2:23). Bởi đó Ngài đã sắm sẵn nhiều chỗ ở tùy theo lượng đức tin của mỗi người.

Rôma 12:3 nói rằng,

Vậy nhờ ơn đã ban cho tôi, tôi nói với mỗi người trong anh em chớ có tư tưởng cao quá lẽ, nhưng phải có tâm tình tầm thường, y theo lượng đức tin mà Đức Chúa Trời đã phó cho từng người.

Vì lẽ ấy, chúng ta nên biết rằng nơi ở và vinh quang của mỗi người trên thiên đàng là khác nhau tùy theo lượng đức tin của họ.

Nơi ở trên thiên đàng của chúng ta sẽ được đoán định tùy theo tấm lòng của mình giống Chúa đến mức nào, nơi ở ấy sẽ được phán quyết theo y như thiên đàng mà chúng ta đã hoàn thành được trong lòng với tư cách là một người được nên thánh.

Chúng ta giả sử đến một cuộc tranh luận hay một sự kiện thi đấu thể thao giữa một em bé và một người trưởng thành. Thế giới trẻ em và thế giới người lớn khác nhau đến nỗi chẳng mấy chốc chúng cảm thấy chán khi ở chung với người lớn. Đối với trẻ em, cách nghĩ, cách nói, hành động đều khác xa so với những điều ấy ở người lớn. Trẻ em chơi với trẻ em, những người trẻ tuổi ở với những người trẻ tuổi, và người lớn ở với người lớn, thì chắc hẳn sẽ vui thích hơn.

Đối với lĩnh vực thiêng liêng cũng vậy. Vì tâm linh của mỗi người là không giống nhau, Đức Chúa Trời của tình yêu thương và công chính đã chia thiên đàng thành nhiều nơi ở khác nhau tùy theo lượng đức tin hầu cho con cái Ngài sẽ được vui vẻ.

Chúa Sẽ Hiện Đến Sau Công Việc Sửa Soạn Những Nơi ở Trên Thiên Đàng

Trong Giăng 14:3, Chúa hứa rằng sau khi Ngài làm xong công việc chuẩn bị nơi ở cho chúng ta trên thiên đàng, Ngài sẽ trở lại để đem chúng ta về quê hương đời đời ấy cùng Ngài.

Giả sử có một người có lần được ơn trước Chúa và có rất nhiều giải thưởng trên thiên đàng nhờ sự trung tín của mình. Song người ấy trở lại với thế gian, đánh mất sự cứu rỗi mà phải chịu số phận ở địa ngục. Các giải thưởng trên thiên đàng của người ấy không còn có giá trị nữa. Cho dù không phải sa vào địa ngục, song các phần thưởng của người ấy cũng sẽ chẳng còn.

Đôi khi nếu anh ta làm Chúa buồn lòng vì đã ruồng bỏ Ngài hoặc lùi lại phía sau hay giậm chân tại chỗ trong đời sống Cơ Đốc Nhân, trong khi lẽ ra anh ta nên tấn tới luôn, cho dù đã từng trung tín, thì các phần thưởng của anh ta sẽ bị cắt bỏ.

Tuy nhiên, Chúa sẽ ghi nhớ hết những gì chúng ta đã làm với lòng trung tín đối với vương quốc thiên đàng. Đồng thời nếu chúng ta thanh tẩy lòng mình bằng cách cắt bì trong Thánh Linh, chúng ta sẽ được ở bên Chúa khi Ngài trở lại, và chúng ta sẽ được ban phước để có chỗ ở sáng láng như mặt trời nơi thiên quốc. Vì Chúa muốn hết thảy những kẻ tin đều được trọn vẹn, Ngài phán, "Khi ta đã đi và sắm sẵn cho các ngươi một chỗ rồi, ta sẽ trở lại đem các ngươi đi với ta, hầu cho ta ở đâu thì các ngươi cũng ở đó." Chúa Jêsus muốn chúng ta nên thánh vì chính Ngài là thánh, giữ chặt lấy lời hy vọng nầy.

Khi Chúa Jêsus hoàn thành ý chỉ của Đức Chúa Trời cách trọn vẹn và làm vinh hiển Ngài cách lớn lao, Đức Chúa Trời đã tôn vinh Jêsus và ban cho Ngài một danh mới: "Vua trên muôn vua, Chúa trên muôn chúa." Cũng giống như vậy, chúng ta làm vinh hiển Đức Chúa Trời giữa thế gian nầy được bao nhiêu, Ngài sẽ đưa chúng ta đến nơi vinh quang bấy nhiêu. Cho đến chừng chúng ta trở nên giống Chúa và được Chúa yêu, chúng ta sẽ được ở gần với Ngai của Đức Chúa Trời hơn trong nước thiên đàng.

Những nơi ở trên thiên đàng đang chờ đón chủ nhân chúng,

con cái của Đức Chúa Trời, những tân nương chuẩn bị tiếp đón tân lang của chúng. Bởi vậy, sứ đồ Giăng có chép trong Khải Huyền 21:2, *"Tôi cũng thấy thành thánh, là Giêrusalem Mới, từ trên trời, ở nơi Đức Chúa Trời mà xuống, sửa soạn sẵn như một người vợ mới cưới trang sức cho chồng mình."*

Cho dù nơi trang điểm cô dâu tốt nhất ở thế gian nầy cũng không thể sánh với sự thoải mái và sung sướng của những nơi ở trên thiên đàng. Nhà cửa ở thiên đàng có đủ mọi thứ và đáp ứng mọi nhu cầu của chủ nhân chúng chỉ cần đọc qua ý nghĩ của họ hầu cho họ được hưởng sự sung sướng tột bực trong cõi vĩnh hằng.

Châm Ngôn 17:3 chép rằng, *"Nồi dót để luyện bạc, lò để luyện vàng; nhưng Đức Giêhôva thử lòng loài người."* Bởi đó, trong danh Chúa Jêsus Christ, tôi dâng lời cầu nguyện hầu cho chúng ta có thể nhận biết rằng Đức Chúa Trời tôi luyện con người để họ trở thành con cái thật của Ngài, hãy thanh tẩy chính mình với hy vọng về Giêrusalem Mới, và tiến bước mạnh mẽ về nơi thiên đàng xinh đẹp nhất bằng cách trung tín mọi sự trong nhà Đức Chúa Trời.

Chương 5

Chúng Ta Sống Như Thế Nào ở Thiên Đàng?

Lại cũng có hình thể thuộc về trời, hình thể thuộc về đất Nhưng sự vinh quang của hình thể thuộc về trời; Với vinh quang của hình thể thuộc về đất thì khác nhau. Vinh quang của mặt trời khác, Vinh quang của mặt trăng khác, Vinh quang của các ngôi sao khác; Vinh quang của ngôi sao nầy với vinh quang của ngôi sao kia cũng khác.

- 1 Côrinhtô 15:40-41

Cho dù là nơi vui sướng vào bậc nhất ở thế gian nầy cũng không thể đem ví sánh với sự vui sướng trên thiên đàng. Ngay cả khi chúng ta cùng những người yêu mến vui thỏa trên bãi biển với cả chân trời trong tầm mắt, thì sự ấy chỉ là trong phút chốc rồi qua đi. Đâu đó trong tâm trí chúng ta vẫn hiện lên sự lo lắng về những thứ mà chúng ta phải đối diện khi quay trở về với cuộc sống hàng ngày. Rồi nếu chúng ta cứ lặp đi lặp lại kiểu sống nầy trong một hoặc hai tháng hay một năm, chúng ta sẽ thấy nhàm chán và bắt đầu tìm kiếm một điều gì đó mới mẻ hơn.

Tuy nhiên, cuộc sống ở thiên đàng, là nơi xinh đẹp và trong sáng như ngọc châu, chính nó là niềm vui sướng vì mọi thứ đều luôn là mới mẻ, bí ẩn, vui thú và hạnh phúc. Chúng ta có thể có được những lúc vui vẻ bên Chúa và Đức Chúa Trời là Chúa Cha, hoặc chúng ta có thể vui thú với những sở thích của mình, những trò chơi, và thỏa thích với những điều thú vị khác. Chúng ta hãy nhìn xem con cái của Đức Chúa Trời sẽ sống như thế nào khi họ về với thiên đàng.

Một Đời Sống Hoàn Hảo ở Thiên Đàng

Khi thân thể thấy được của chúng ta biến đổi thành thân thể siêu nhiên, là thân thể bao gồm linh, hồn, và thể xác ở thiên đàng, chúng ta sẽ có thể nhận biết vợ, chồng, con cái, bố mẹ chúng ta trên đất nầy. Chúng ta cũng nhận biết người chăn dắt chúng ta hay bầy của chúng ta trên đất. Và chúng ta cũng nhớ đến những gì bị bỏ lại trên đất. Chúng ta sẽ trở nên rất khôn ngoan đến nỗi có thể nhận biết và hiểu được ý muốn của Đức Chúa Trời.

Một số người tự hỏi rằng, "Có tội nào của tôi sẽ bị phơi bày trên thiên đàng chăng?" Sẽ chẳng hề có như vậy. Nếu chúng ta đã ăn năn, Đức Chúa Trời đã đem sự vi phạm chúng ta khỏi xa chúng ta như thể phương đông xa cách phương tây (Thi Thiên 103:12), song chỉ nhớ đến những việc thiện lành của chúng ta vì khi vào trong nước thiên đàng thì hết thảy tội lỗi của chúng ta đã được tha rồi.

Khi vào trong nước thiên đàng chúng ta sẽ thay đổi và sống như thế nào?

Hình Thể Thuộc Về Trời

Trên đất nầy, loài người và loài vật có hình thể khác nhau hầu cho mọi loài sinh vật sống đều được nhận diện hoặc là một con voi, sư tử, đại bàng, hay một con người.

Giống như mỗi thể xác có một hình thể riêng trong thế giới không gian ba chiều nầy, có một hình thể đặc biệt trên thiên đàng, là thế giới không gian bốn chiều. Thân thể nầy gọi là hình thể thuộc về trời. Nhờ đó chúng ta có thể nhận ra nhau trên thiên đàng. Vậy, thân thể thuộc về trời sẽ như thế nào?

Khi Chúa trở lại trên không trung, mỗi chúng ta đều được biến đổi thành thân thể phục sinh ấy là hình thể siêu nhiên. Thân thể phục sinh nầy sẽ biến đổi thành hình thể thuộc về trời, là hình thể ở cấp độ cao hơn sau cuộc Phán Xét Cuối Cùng. Tùy vào phần thưởng của mỗi người, mà hào quang tỏa sáng từ hình thể thuộc về trời nầy cũng sẽ khác nhau.

Thân thể thuộc về trời cũng bằng xương, bằng thịt như thân thể Chúa Jêsus ngay sau khi sống lại (Giăng 20:27), song đây là một thân thể mới bao gồm linh, hồn và một thân thể không hư nát. Thân thể hư nát của chúng ta biến đổi thành một thân thể mới bởi lời quyền năng của Đức Chúa Trời.

Thân thể thuộc về trời bao gồm xương thịt không hư nát và sẽ chiếu sáng vì nó được làm nên mới và trong sạch. Cho dù có ai đó bị khiếm khuyết chân tay, thì thân thể thuộc về trời của họ cũng sẽ được phục hồi thành một thân thể hoàn hảo.

Hình thể thuộc về trời chẳng phải là một chiếc bóng mờ nhạc mà là một hình thể rõ ràng, và không chịu sự hạn chế của không gian và thời gian. Bởi vậy, khi xuất hiện trước các môn đệ sau khi phục sinh, Chúa Jêsus có thể đi xuyên qua tường cách dễ dàng (Giăng 20:26).

Thân thể trên đất nầy khi về già thì xuất hiện những nếp nhăn và vết sần sùi, song thân thể thuộc về trời sẽ được làm mới lại thành một thân thể không hư nát hầu cho nó luôn trẻ trung và tỏa sáng như mặt trời.

Tuổi 33

Nhiều người tự hỏi rằng chẳng biết thân thể thuộc về trời là bao lớn, bằng người trưởng thành hay như một em bé. Ở thiên đàng, mọi người không kể là chết già hay chết trẻ, đều sẽ mãi mãi có độ tuổi 33, là tuổi mà Chúa Jêsus chịu đóng đinh trên đất nầy.

Tại sao Đức Chúa Trời cho chúng ta sống mãi với lứa tuổi 33 ở thiên đàng? Giống như mặt trời rực rỡ nhất vào lúc giữa trưa, tuổi 33 là tuổi cao điểm của một đời người.

Những ai dưới 30 có lẽ sẽ hơi thiếu kinh nghiệm và chưa được trưởng thành, và những ai trên 40 thì sức lực giảm sút vì họ đang bước vào tuổi già. Song, vào độ tuổi 33, con người trở nên trưởng thành và xinh đẹp trong mọi phương diện. Đồng thời, ở tuổi nầy, hầu hết người ta đều lập gia đình, sinh con và nuôi nấng chúng, nhờ đó họ có thể hiểu phần nào về tấm lòng của Đức Chúa Trời là Đấng nuôi dưỡng nhân loại trên đất nầy.

Trong đường lối nầy, Đức Chúa Trời biến đổi chúng ta thành hình thể thuộc về trời hầu cho chúng ta sẽ giữ mãi được sự trẻ trung của tuổi 33 ở thiên đàng, là tuổi đẹp nhất của con người.

Không Có Quan Hệ Theo Kiểu Sinh Học

Nếu sống đời đời ở thiên đàng với hình thể hiện thấy lúc chúng ta lìa khỏi thế gian nầy, thì thật buồn cười biết bao! Chúng ta hãy giả sử rằng có một người chết ở tuổi 40 và về thiên đàng. Con trai người về thiên đàng ở tuổi 50, còn cháu nội người về thiên đàng ở tuổi 90. Khi hết thảy họ đều gặp nhau ở thiên đàng, thì người cháu nội sẽ là kẻ lớn tuổi nhất, còn ông nội lại là người trẻ tuổi nhất.

Thiên đàng là nơi Đức Chúa Trời trị vì bằng sự công chính và tình yêu của Ngài, mọi người đều sẽ có độ tuổi 33, ở đây không có quan hệ theo kiểu sinh học như ở đời nầy.

Ở thiên đàng chẳng ai gọi nhau là "cha", "mẹ", "con trai", hay "con gái" cho dù họ từng là như vậy trên đất nầy. Vì là con cái của Đức Chúa Trời, thì mọi người đều là anh chị em với nhau. Khi biết được họ từng là cha mẹ và con cái trên đất nầy và rất mực yêu thương nhau, họ lại càng có những tình cảm đặc biệt dành cho nhau.

Song, nếu người mẹ vào Thiên Đàng Thứ Hai, con bà vào Giêrusalem Mới thì sao? Ở thế gian, theo lẽ thường, thì người con phải hầu việc người mẹ. Tuy nhiên, ở thiên đàng, người mẹ sẽ tôn trọng con mình vì người đã trở nên giống Đức Chúa Cha hơn, và hào quang tỏa ra từ hình thể thuộc về trời của người rực rỡ hơn.

Thế thì chúng ta chẳng gọi người khác bằng tên hay danh xưng mà chúng ta dùng trên đất nầy, nhưng Đức Chúa Cha sẽ ban cho những danh mới phù hợp có ý nghĩa thuộc linh cho mỗi người. Ngay cả trên đất nầy, Đức Chúa Trời cũng đã từng đổi tên Ápram thành Ápraham, Sarai thành Sara, Giacốp thành Ysơraên, với ý nghĩa rằng người đã vật lộn với Đức Chúa Trời và đã thắng.

Sự Khác Nhau Giữa Nam Và Nữ ở Thiên Đàng

Ở thiên đàng không có cưới gả, song vẫn có sự khác nhau rõ ràng giữa nam và nữ. Trước hết, nam giới có chiều cao từ 6 fit đến 6,2 fít còn nữ thì thấp hơn khoảng 4 inch.

Một số người rất lo lắng về tầm vóc của họ, hoặc cao quá hoặc thấp quá, song ở thiên đàng chúng ta không cần quan tâm đến những việc như vậy. Cũng chẳng cần phải lo lắng về trọng lượng vì mọi người đều sẽ có một hình thể cân đối và xinh đẹp nhất.

Hình thể thuộc về trời không cảm nhận được sức nặng mặc dù dường như có trọng lượng, vì vậy mặc dù người ta bước đi trên hoa, chúng cũng không bị tổn thương hay giập nát. Thân thể thuộc về trời không chịu ảnh hưởng bởi trọng lượng, song rất bền ổn và không bị gió thổi bay đi. Có trọng lượng mặc dù chúng ta không cảm nhận nó có nghĩa rằng nó có một hình thể và diện mạo. Giống như khi chúng ta nhấc một mẩu giấy, chúng ta chẳng thể cảm nhận được sức nặng của nó, mặc dù chúng ta biết rằng nó vẫn có một trọng lượng nhất định nào đó.

Tóc có màu vàng hoe và hơi gợn sóng. Tóc của nam giới dài đến cổ, còn của nữ thì khác nhau tùy vào từng người. Người nữ có tóc dài nói lên rằng người ấy có nhiều phần thưởng, người có tóc dài nhất đến ngang thắt lưng. Vậy nên đối với người nữ có mái tóc dài ấy là niềm vinh dự và tự hào lớn (1 Côrinhtô 11:15).

Ở thế gian nầy, hầu hết phụ nữ đều muốn và cố gắng để có một nước da trắng mịn. Họ sử dụng các mỹ phẩm để giữ cho da trắng trẻo mịn màng không một vết nhăn. Ở thiên đàng, mọi người đều có một làn da không tì vết, trắng trong, tinh bạch và tỏa hào quang.

Vả lại, ở thiên đàng chẳng có điều xấu xa nào, nên chẳng cần phải mang đồ trang sức hay lo lắng về diện mạo vì mọi thứ ở đây đều xinh đẹp. Hào quang tỏa ra từ hình thể thuộc về trời sẽ chiếu sáng rực rỡ hơn tùy sự nên thánh trọn vẹn và có tấm lòng giống Chúa. Đây cũng là tiêu chuẩn để quyết định và duy trì trật tự.

Tấm Lòng Những Con Người Thiên Đàng

Con người với hình thể thuộc về trời có tấm lòng thuộc về thần linh, là cái thuộc về bản tánh thiêng liêng của nó, thánh thiện hoàn toàn. Giống như ở thế gian, người ta chỉ muốn tiếp xúc và với những gì tốt đẹp, tấm lòng của những con người thiên đàng luôn muốn cảm nhận sự tốt đẹp của những kẻ khác, họ muốn nhìn ngắm và đụng chạm chúng với lòng vui thích. Bấy giờ chẳng hề có sự tham lam hay ganh ghét nào.

Hơn nữa, ở thế gian nầy người ta thường thay đổi tùy vào lợi ích riêng, rồi họ cảm thấy nhàm chán những thứ mà họ có được, cho dù chúng là những tốt đẹp. Song tấm lòng của những con người thiên đàng không có sự giả hình và chẳng hề thay đổi.

Ví dụ, ở đời nầy, khi người ta nghèo khó, họ có thể ăn những thức ăn rẻ tiền và kém chất lượng một cách ngon lành. Nhưng khi trở nên giàu có hơn, họ sẽ không hài lòng với những gì trước đây mình từng cảm thấy ngon lành, mà cứ tiếp tục tìm kiếm những thức ăn ngon hơn. Khi chúng ta mua cho con cái mình một món đồ chơi mới, lúc đầu chúng sẽ rất vui mừng, song sau một thời gian chúng sẽ cảm thấy không còn ưa thích món ấy nữa và muốn tìm một thứ mới. Tuy vậy, ở thiên đàng, không tồn tại một lối nghĩ như vậy, nên một khi chúng ta đã yêu thích sự gì thì chúng ta sẽ yêu thích sự ấy đến đời đời.

Trang Phục ở Thiên Đàng

Một số người nghĩ rằng trang phục ở thiên đàng sẽ là giống nhau, song không phải vậy. Đức Chúa Trời là Đấng Tạo Hóa, và là Quan Án Công Bình là Đấng báo đáp tùy theo những gì chúng ta đã làm. Vậy nên, giống như có sự khác nhau về những phần thưởng trên thiên đàng, trang phục cũng có sự khác nhau tùy vào việc làm khi còn ở trên đất nầy (Khải Huyền 22:12). Vậy, chúng ta sẽ có trang phục nào trên thiên đàng và trang trí chúng ra sao?

Trang Phục Thiên Đàng Với Nhiều Màu Sắc Và Kiểu Mẫu

Ở thiên đàng, hầu hết mọi người đều mặc trang phục màu trắng sáng. Chúng mềm mại như lụa và rất nhẹ, lung linh xinh đẹp, như thể không có trọng lượng.

Vì cớ mức độ nên thánh của mỗi người là khác nhau, hào quang phát ra từ trang phục và sự rực rỡ cũng khác nhau. Người có tấm lòng càng giống với tấm lòng thánh thiện của Đức Chúa Trời, thì trang phục của họ càng rực sáng và chói lói hơn.

Ngoài ra, tùy theo việc làm mà chúng ta đóng góp cho vương quốc Đức Chúa Trời và tôn vinh danh Ngài, nhiều loại trang phục với các thiết kế khác nhau cùng nhiều chất liệu khác nhau sẽ được ban cho cách xứng đáng.

Trang phục của con người thế gian thường tùy vào địa vị xã hội và tình trạng kinh tế của họ. Cũng vậy, ở thiên đàng khi có địa vị cao hơn chúng ta sẽ được trang phục nhiều màu sắc với nhiều kiểu mẫu. Đồng thời các kiểu tóc và đồ dùng cũng khác nhau.

Và lại, thời xưa người ta nhận biết giai cấp xã hội của nhau qua việc nhìn vào sắc phục. Đồng một thể ấy, con người thiên đàng có thể nhận biết địa vị và số lượng phần thưởng được ban cho đối với mỗi người ngay tại thiên đàng. Nhìn vào trang phục với những màu sắc đặc trưng, kiểu mẫu khác nhau, người ta có thể nhận biết sự vinh quang mà người đó đã nhận được.

Vậy nên, những ai được vào Giêrusalem Mới hoặc có nhiều cống hiến cho vương quốc Đức Chúa Trời sẽ nhận trang phục xinh đẹp, nhiều màu sắc và rực rỡ nhất.

Một mặt, nếu chúng ta chẳng có nhiều đóng góp cho vương quốc Đức Chúa Trời, chúng ta sẽ chỉ nhận một vài bộ trang phục ở thiên đàng. Mặt khác, nếu có nhiều đóng góp bởi đức tin và tình yêu thương, chúng ta sẽ nhận được rất nhiều trang phục với nhiều màu sắc và kiểu mẫu.

Trang phục thiên đàng với những huân chương khác nhau

Đức Chúa Trời sẽ ban cho những trang phục với những huân chương khác nhau để tỏ sự vinh quang của từng người. Giống một gia đình hoàng tộc của thời xưa thể hiện địa vị của mình qua việc có những trang trí đặc biệt cho trang phục của mình, trang phục ở thiên đàng với nhiều huân chương khác nhau để thể hiện địa vị thiên đàng và vinh quang của người đó.

Có những huân chương của sự cảm tạ, ngợi khen, cầu nguyện, vui mừng, vinh hiển, v.v., có thể được đính vào các trang phục ở thiên đàng. Khi hát ngợi khen ở đời nầy với lòng thành cảm tạ về tình yêu và ân điển của Đức Chúa Cha và Chúa chúng ta, hay khi chúng ta ca hát tôn vinh Đức Chúa Trời, Ngài sẽ nhận lấy tấm lòng chúng ta như của lễ có mùi thơm và Ngài sẽ đính huân chương ngợi khen vào các trang phục của chúng ta trên thiên đàng.

Những huân chương vui mừng và cảm tạ sẽ được gắn lên cách đẹp đẽ cho những ai đầy lòng vui mừng và cảm tạ ngay trong khổ đau và hoạn nạn trên đất nầy qua việc nhớ đến sự thương xót của Đức Chúa Cha là Đấng ban sự sống đời đời và vương quốc thiên đàng.

Kế đến, huân chương cầu nguyện sẽ tặng cho những ai có đời sống cầu nguyện cho vương quốc Đức Chúa Trời. Trong hết thảy các huân chương nầy, huân chương xinh đẹp nhất là huân chương danh dự. Đây là huân chương khó đạt nhất. Nó chỉ được trao cho những ai làm mọi sự vì sự vinh hiển của Chúa từ đáy lòng thành thật của mình. Giống như một vị vua hay người đứng đầu một quốc gia ban thưởng huân chương đặc biệt hay huân chương danh dự cho một người lính vì đã hoàn thành một nhiệm vụ đặc biệt, huân chương danh dự nầy đặc biệt dành cho những ai có nhiều công khó trong việc xây dựng vương quốc thiên đàng và mang lại nhiều vinh hiển cho Ngài. Vậy nên, người được mặc trang phục có huân chương danh dự là người được quý trọng nhất trong nước thiên đàng.

Phần Thưởng Bằng Các Vương Miện Và Châu Báu

Ở thiên đàng có rất nhiều châu báu. Và có một số châu báu được dùng làm phần thưởng và gắn vào trang phục. Trong sách Khải Huyền, chúng ta thấy Chúa mang vương miện vàng và khăn quàng quanh ngực, đây cũng là những phần thưởng mà Đức Chúa Trời đã ban tặng cho Ngài.

Kinh Thánh có nói đến nhiều vương miện. Tiêu chuẩn để nhận vương miện và giá trị của các vương miện đều khác nhau vì chúng là những phần thưởng được ban cho.

Có nhiều loại vương miện được ban cho tùy theo công việc của mỗi người như vương miện không hư mất được cho những ai hoàn thành cuộc đua tranh (1 Côrinhtô 9:25), vương miện vinh hiển được ban cho những ai tôn vinh Đức Chúa Trời (1 Phierơ 5:4), vương miện sự sống được ban cho những ai giữ lòng trung tín cho đến chết (Giacơ 1:12; Khải Huyền 2:10), vương miện vàng mà 24 trưởng lão mang chung quanh Ngai Đức Chúa Trời (Khải Huyền 4:4, 14:14), và vương miện công chính mà sứ đồ Phaolô đã từng mong muốn (2 Timôthê 4:8).

Ngoài ra, cũng có nhiều loại vương miện được trang trí bằng châu ngọc như vương miện vàng, vương miện hoa, vương miện ngọc, v.v. Qua vương miệng mà người ta nhận được, chúng ta có thể nhận biết sự thánh khiết và phần thưởng của người ấy.

Ở thế gian, hễ ai có đủ tiền đều có thể mua được châu ngọc, song ở thiên đàng, châu ngọc chỉ là phần thưởng được ban cho.

Các nhân tố như số lượng người mà chúng ta dẫn đến với con đường cứu rỗi, sự dâng hiến với tấm lòng thành thật, và mức độ trung tín của chúng ta quyết định nhiều loại phần thưởng sẽ được ban cho. Do vậy, những châu ngọc và vương miện phải khác nhau vì chúng được ban cho tùy theo việc làm của mỗi người. Vả lại, sự sáng, vẻ đẹp, sự rực rỡ, cùng với số lượng châu ngọc và vương miện cũng khác nhau.

Giống với các nơi ở và nhà cửa trên thiên đàng. Những nơi ở khác nhau tùy vào đức tin của mỗi người; kích thước, vẻ đẹp, sự rực rỡ của vàng cùng những châu ngọc dành cho nhà cửa mỗi người đều khác nhau. Từ chương 6 trở đi chúng ta sẽ biết nhiều hơn về những điều liên quan đến các nơi ở trên thiên đàng.

Thực Phẩm ở Thiên Đàng

Khi con người đầu tiên là Ađam và Êva sống trong Vườn Êđen, họ chỉ ăn hoa quả và các thứ cỏ kết hột (Sáng Thế 1:29). Dầu vậy, khi Ađam bị đuổi khỏi vườn Êđen vì cớ tội bất tuân của người, họ phải ăn các thứ rau của đồng ruộng. Sau Đại Hồng Thủy, người ta được phép ăn thịt. Trong cách nầy, khi con người ngày càng trở nên độc ác hơn, và các loại thực phẩm cũng thay đổi theo.

Vậy, ở thiên đàng là nơi chẳng hề có điều độc ác nào chúng ta sẽ ăn gì? Một số người tự hỏi rằng chẳng biết những hình thể thuộc về trời có phải ăn uống chăng. Ở thiên đàng chúng ta chỉ uống Nước Sự Sống, và ăn hoặc ngửi mùi của nhiều loại trái cây để hưởng niềm vui.

Sự Hô Hấp Của Con Người Thiên Đàng

Như loài người hít thở trên trái đất, những con người thiên đàng cũng hô hấp ở thiên đàng. Đương nhiên, con người thiên đàng chẳng cần phải hít thở gì cả, song người ta có thể nghỉ ngơi trong khi hô hấp, theo cách mà chúng ta hô hấp trên đất nầy. Ở thiên đàng người ta không chỉ có thể thở bằng mũi và miệng, song còn qua mắt hoặc hết thảy các tế bào trong cơ thể, hay cả bằng tim.

Đức Chúa Trời hít thở mùi hương từ tấm lòng chúng ta vì Ngài là Thần Linh. Ngài hài lòng với sự tận hiến của Ngài cho chúng ta, và dâng lên Đức Chúa Trời một của lễ có những kẻ công chính và hít thở mùi hương từ tấm lòng họ trong thời Cựu Ước (Sáng Thế 8:21). Trong Tân Ước, Chúa Jêsus, là Đấng thánh khiết, không tì vết, đã phó chính mình mùi thơm (Êphêsô 5:2).

Đức Chúa Trời nhận lấy mùi hương từ tấm lòng chúng ta khi chúng ta thờ phượng, cầu nguyện hay hát ngợi khen với tấm lòng chân thật. Chúng ta càng giống Chúa và trở nên công chính bao nhiêu, chúng ta càng có thể tỏa ra mùi hương Đấng Christ bấy nhiêu, và cũng được Đức Chúa Trời nhận lấy như thứ của lễ quý báu. Đức Chúa Trời nhận lấy sự ngợi khen và cầu nguyện của chúng ta với sự hài lòng qua hơi thở.

Trong Mathiơ 26:29, chúng ta thấy Chúa luôn cầu nguyện cho chúng ta kể từ khi Ngài thăng thiên về trời, chẳng ăn gì trong hai thiên niên kỷ qua. Cũng vậy, ở thiên đàng, những con người thuộc về trời có thể sống mà không cần ăn hay hít thở. Chính chúng ta khi về thiên đàng cũng sẽ được sống đời đời vì chúng ta đã được biến đổi thành một hình thể thuộc về trời là hình thể chẳng hề hư mất.

Tuy nhiên, khi con người thiên đàng hít thở, người ta sẽ cảm thấy vui vẻ và sung sướng hơn, tâm linh họ sẽ được trẻ hóa và tươi mới. Giống như người ta cân đối khẩu phần để giữ gìn sức khỏe, con người thiên đàng thích hít thở hương thơm ở thiên đàng.

Vì vậy khi có nhiều loại hoa và trái cây tỏa hương thơm, con người thiên đàng hấp thụ mùi hương đó. Cho dù những bông hoa tỏa cùng một mùi hương trong một thời gian dài, con người thiên đàng vẫn luôn cảm thấy vui sướng và thỏa lòng.

Vả lại, khi con người thiên đàng hấp thụ được mùi hương từ hoa quả, mùi hương ấy ngấm vào cơ thể như nước hoa. Cơ thể tỏa hương cho đến khi hương thơm ấy hoàn toàn tan biến hết. Giống như chúng ta cảm thấy khoang khoái khi xức nước hoa ở thế gian, con người thiên đàng cũng cảm thấy vui sướng hơn khi hít thở mùi hương ngọt ngào đó.

Bài Tiết Qua Hơi Thở

Con người ăn uống và tiếp tục cuộc sống trên thiên đàng như thế nào? Trong Kinh Thánh, chúng ta thấy sau khi phục sinh, Chúa Jêsus đã hiện ra với các môn đệ Ngài, và Ngài cũng hít thở (Giăng 20:22) và ăn một ít thức ăn (Giăng 21:12-15). Chúa phục sinh đã ăn một ít thức ăn chẳng phải vì đói, bèn là chia sẻ niềm vui với môn đệ và cho chúng ta biết rằng chính mình cũng có thể ăn uống ở thiên đàng với tư cách là một con người thiên đàng. Bởi lẽ đó, Kinh Thánh đã ghi lại sự kiện về Chúa Jêsus đã ăn một ít bánh và cá cho bữa điểm tâm sau khi Ngài sống lại.

Tại sao Kinh Thánh cho chúng ta biết rằng Chúa đã hít thở thậm chí sau khi Ngài sống lại? Khi chúng ta ăn một thức ăn nào đó ở thiên đàng, thức ăn đó phân hủy nhanh chóng và bài thiết qua hơi thở. Ở thiên đàng, thức ăn phân hủy nhanh chóng và ngay sau đó ra khỏi thân thể qua hơi thở. Vì vậy chúng ta sẽ chẳng cần đi vệ sinh, hoặc cũng chẳng cần đến toilét. Thật thoải mái và kỳ diệu biết bao rằng thức ăn được tiêu thụ và ra khỏi cơ thể qua hơi thở như mùi hương tan ra trong không khí!

Sự Giao Thông ở Thiên Đàng

Xuyên suốt lịch sử nhân loại, khi nền văn minh và khoa học phát triển, những phương tiện giao thông tiện lợi ngày càng nhanh chóng hơn như xe bò, xe ngựa, ô tô, tàu thủy, tàu hỏa, máy bay, v.v. đã được chế tạo ra.

Ở thiên đàng cũng có rất nhiều phương tiện giao thông. Có hệ thống giao thông công cộng như tàu hỏa thiên đàng và những phương tiện giao thông cá nhân như những đám mây ô tô, và những xe ngựa vàng.

Con người ở thiên đàng có thể di rất nhanh hoặc có thể bay được vì ở đây không chịu sự ảnh hưởng của không gian và thời gian, song, khi sử dụng những phương tiện giao thông được ban cho như những phần thưởng thì sự vui thích sẽ thêm lên nhiều.

Đi Lại Và Giao Thông ở Thiên Đàng

Thật vui sướng biết bao khi chúng ta có thể đi lại khắp nơi trên thiên đàng và được ngắm xem hết thảy những cảnh vật xinh đẹp và kỳ diệu mà Đức Chúa Trời đã dựng nên!

Mọi nơi ở thiên đàng đều có vẻ đẹp đặc biệt của nó, đến nỗi bất kỳ nơi nào cũng làm cho ta vui thích. Và lại, vì lòng của người thiên đàng chẳng hề thay đổi, nên họ sẽ chẳng thấy nhàm chán khi trở lại thăm viếng một nơi nào đó. Vì vậy việc đi lại trên thiên đàng luôn là điều vui thích và thú vị.

Con người thiên đàng thật sự chẳng cần đến một phương tiện

giao thông nào vì họ chẳng hề bị mệt mỏi và thậm chí có thể bay được. Dẫu vậy, việc sử dụng nhiều phương tiện giao thông khiến cho người ta cảm thấy thoải mái hơn. Cũng như việc đi trên xe buýt thì sẽ có phần thoải mái hơn đi bộ, lái một chiếc taxi hay ô tô thì sẽ có phần thoải mái hơn đi xe buýt hay đi tàu điện ngầm ở đất nầy.

Nếu chúng ta đi trên tàu hỏa thiên đàng, ở đó được trang trí với nhiều sắc và châu ngọc, chúng ta có thể đến nơi mà không cần đến đường ray nào, và chúng ta có thể đi lại tự do theo mọi hướng qua trái phải hay lên xuống.

Khi người ta đi từ Barađi đến Giêrusalem Mới, họ sẽ đi bằng tàu hỏa thiên đàng vì hai nơi nầy khá xa nhau. Đây là một sự thích thú vô cùng đối với hành khách. Bay qua những miền ánh sáng, người ta có thể nhìn qua cửa sổ để ngắm xem cảnh đẹp của thiên đàng. Thậm chí họ còn cảm thấy vui sướng hơn trong ý tưởng sẽ được gặp gỡ với Đức Chúa Cha.

Trong các phương tiện giao thông ở thiên đàng, xe ngựa vàng đặc biệt được dành cho người ở Giêrusalem Mới. Nó có đôi cánh trắng, bên trong có một chiếc nút. Với chiếc nút nầy, nó có thể di chuyển hoàn toàn tự động, hay có thể chạy hoặc bay tùy theo ý muốn của chủ.

Xe Mô Tô Mây

Những đám mây trên thiên đàng như thứ đồ trang trí làm thêm vẻ đẹp cho nơi nầy. Khi con người thiên đàng đi đến những nơi có mây vây quanh, thì thân thể họ sẽ chiếu sáng hơn. Nó cũng khiến những người khác cảm thấy tôn trọng phẩm cách, sự vinh hiển, và uy quyền của hình thể thiêng liêng được mây che phủ.

Kinh Thánh cho chúng ta biết rằng Chúa sẽ đến giữa đám

mây (1 Têsalônica 4:16-17), vì quả thật đây là một cảnh tượng uy nghi, tôn kính và đẹp đẽ. Tương tự như vậy, những đám mây ở thiên đàng dùng để tôn vinh con cái của Đức Chúa Trời.

Nếu xứng đáng được vào Giêrusalem Mới, chúng ta có thể có nhiều đám mây kỳ diệu có hình dạng như xe mô tô. Nó không phải được hình thành từ hơi nước như chúng ta thấy từ trái đất, song nó là mây vinh hiển của thiên đàng.

Xe mô tô mây bày tỏ sự vinh hiển, chân giá trị, và thẩm quyền của người làm chủ nó. Tuy nhiên, không phải ai cũng có được phần thưởng nầy, vì nó chỉ ban cho những người có đủ phẩm cách để vào Giêrusalem Mới bởi sự nên thánh trọn vẹn và trung tín trong cả nhà Chúa.

Những ai được vào Giêrusalem Mới có thể đi khắp nơi cùng Chúa ngự trên mây mô tô nầy. Trong suốt hành trình, các thiên binh và thiên sứ ở thiên đàng sẽ theo phục vụ họ. Giống như các khanh tướng phục vụ vua chúa họ đương lúc đi đường. Sự phục vụ của các thiên binh thiên sứ ở thiên đàng càng làm thêm lên uy quyền và sự vinh hiển đối với chủ của chúng.

Các thiên sứ thường cưỡi trên những chiếc mô tô mây. Có xe một chỗ ngồi được dùng cho mục đích cá nhân, và xe nhiều chỗ ngồi dùng cho nhiều người cùng đi với nhau. Khi một người ở Giêrusalem Mới chơi gôn và di chuyển quanh sân, một xe mô tô mây đến và dừng tại chân chủ nó. Khi người lên rồi, thì chiếc xe nhẹ nhàng di chuyển theo bóng.

Hãy thiết tưởng rằng chúng ta đang bay trên trời, cưỡi trên xe mô tô mây với sự tháp tùng của các thiên binh, thiên sứ ở Giêrusalem Mới. Cũng hãy nghĩ đến việc chúng ta cùng Chúa cưỡi trên chiếc mô tô mây, hay trên tàu hỏa thiên đàng để chu du khắp nơi trong vùng rộng lớn của thiên đàng cùng những người yêu dấu. Chúng ta sẽ được chìm ngập trong niềm vui.

Sự Vui Chơi ở Thiên Đàng

Một số người có thể nghĩ rằng cuộc sống ở thiên đàng thì chẳng mấy vui vẻ, song chẳng hề như vậy. Ở thế giới hữu hình nầy, chúng ta sẽ cảm thấy nhàm chán hoặc không hoàn toàn thỏa mãn với một niềm vui nào đó, song đối với thế giới vô hình, "niềm vui" sẽ luôn được cảm nhận cách mới mẻ và thích thú.

Ngay cả ở đời nầy, chúng ta càng trở nên thánh khiết, chúng ta càng có thể bày tỏ tình yêu sâu sắc hơn và càng thấy vui vẻ hơn. Ở thiên đàng, chúng ta không những có thể vui thú với sở thích của mình mà còn có rất nhiều loại trò chơi khác thú vị hơn nhiều so với những trò chơi ở thế gian.

Vui Thú Với Những Sở Thích Riêng Cùng Những Trò Chơi

Giống như con người ở thế gian nầy phát triển tài năng và làm cho cuộc sống họ ngày càng phong phú hơn thông qua sở thích của mình, chúng ta cũng có thể vui hưởng những sở thích của mình ở thiên đàng. Không những chúng ta chỉ có thể thưởng thức những gì mình ưa thích trên đất nầy, mà còn thưởng thức thỏa thích những thứ chúng ta phải kiêng nhịn vì cớ công việc Chúa. Chúng ta cũng có thể học được nhiều thứ mới mẻ.

Những ai thích chơi nhạc cụ có thể chơi đàn hạc để ngợi khen Chúa. Hoặc chúng ta có thể học chơi đàn Piano, thổi sáo cùng nhiều thứ nhạc cụ khác, và chúng ta có thể học rất nhanh vì mọi người đều trở nên khôn sáng hơn ở thiên đàng.

Để thêm niềm vui, chúng ta có thể trò chuyện với thiên nhiên và thú vật thiên đàng. Ngay cả cây cỏ và thú vật ở thiên đàng cũng nhận biết con cái Đức Chúa Trời, chúng chào đón họ, bày tỏ tình cảm và lòng tôn kính đối với họ.

Hơn nữa, chúng ta có thể vui thú với nhiều môn thể thao

như tennis, basketball, bowling, golf, và tàu lượn, chẳng có nhiều sự kiện thể thao như vật lộn, quyền anh là những thứ làm hại đến người khác. Những tiện nghi và trang thiết bị không hề có tính độc hại. Chúng được làm bằng những nhiên liệu tuyệt vời, được trang trí bằng vàng và châu ngọc nhằm tăng thêm niềm vui và sự dễ chịu trong lúc vui chơi thể thao.

Ngoài ra, những dụng cụ thể thao cũng hiểu được ý muốn của con người và khiến họ hài lòng hơn. Ví dụ, nếu chúng ta thích môn bowling, quả bóng và các con ky sẽ đổi màu và đặt ở những vị trí và khoảng cách như ý muốn chúng ta. Các con ky ngã với những tia sáng đẹp cùng âm thanh vui nhộn. Nếu chúng ta muốn nhượng bộ cho người cùng chơi, các con ky sẽ xê dịch tùy theo ý muốn chúng ta nhằm khiến chúng ta vui hơn.

Ở thiên đàng chẳng hề có ác tưởng muốn tranh hơn với người khác. Nhường niềm vui và ích lợi cho người khác, ấy là thắng cuộc. Một số người có thể thắc mắc về ý nghĩa cuộc chơi mà chẳng có kẻ thắng cũng không có người thua, song ở thiên đàng việc chiến thắng người khác chẳng mang lại cho ta niềm vui. Chính việc tham gia chơi trò chơi ấy là niềm vui.

Tất nhiên có một số trò chơi mà chúng ta sẽ được vui thỏa qua việc thi đua sòng phẳng và kết quả tốt. Ví dụ, có trò chơi mà sự thắng cuộc sẽ tùy vào lượng hương thơm mà chúng ta hít được từ các bông hoa, và cách chúng ta hòa chế tốt nhất để có mùi hương thơm nhất, cùng những điều tương tự.

Nhiều Thú Vui

Một số người thích game thắc mắc rằng chẳng biết ở thiên đàng có các trò chơi điện tử chăng. Dĩ nhiên là có nhiều trò chơi thú vị hơn ở thế gian.

Các thú vui ở thiên đàng chẳng như các thú vui ở thế gian,

chẳng hề khiến chúng ta mệt mỏi hay hoa mắt. Chúng luôn khiến chúng ta cảm thấy khỏe ra và thích thú, rồi sau đó khiến ta cảm thấy bình yên trong lòng. Khi thắng cuộc hoặc được điểm cao, chúng ta sẽ cảm nhận được sự thích thú mà chẳng hề buồn chán.

Con người thiên đàng ở trong hình thể thuộc về trời, nên họ chẳng sợ bị té ngã trong khu vui chơi ngoài trời, như xe trượt tuyết hay trượt patanh. Họ chỉ cảm thấy hấp dẫn và vui thích. Thậm chí đối với những người mắc chứng sợ độ cao ở thế gian có thể tùy thích vui chơi với những thú vui này ở thiên đàng.

Cho dù có bị ngã khỏi con đường có tọa độ nghiêng trong khu vui chơi, chúng ta cũng chẳng hề gì vì chúng ta có hình thể thuộc về trời. Chúng ta có thể tiếp đất cách an toàn như một võ sĩ chuyên nghiệp, hoặc các thiên sứ sẽ bảo vệ chúng ta. Hãy hình dung rằng chúng ta đang trượt trên đường dốc nghiêng, cười phá lên cùng Chúa và những người yêu dấu của mình. Thật vui sướng và thích thú dường bao!

Sự Thờ Phượng, Dạy Dỗ, Và Văn Hóa Trên Thiên Đàng

Ở thiên đàng chúng ta không cần phải làm lụng vì đồ ăn, đồ mặc, hay nhà ở. Nên một số người hỏi rằng, "Về lâu dài chúng ta sẽ làm gì ở đây? Chúng ta sẽ không trở thành vô dụng, và ăn không ngồi rồi chứ? Song, chẳng cần phải lo nghĩ như vậy.

Chúng ta có thể vui hưởng rất nhiều sự sung sướng trên thiên đàng. Có rất nhiều hoạt động và sự kiện thú vị như các trò chơi, sự dạy dỗ, các buổi thờ phượng, các buổi liên hoan, lễ hội, du lịch, và thể thao.

Chúng ta không buộc phải tham gia vào những hoạt động nầy. Mọi thứ ở đây đều tự nguyện, vì mục đích của chúng là thêm niềm vui cho chúng ta.

Thờ Phượng Trong Niềm Hân Hoan Trước Đức Chúa Trời Đấng Tạo Hóa

Như chúng ta tham gia thờ phượng Chúa vào những dịp cụ thể khi còn ở trên đất, thì ở thiên đàng cũng vậy. Đức Chúa Trời giảng sứ điệp và qua đó chúng ta được biết về khởi nguyên của Đức Chúa Trời và thế giới thiêng liêng là những điều chẳng có khởi đầu cũng chẳng có kết thúc.

Thường khi những người xuất sắc trong việc học tập của mình thì mong muốn đến lớp và gặp gỡ thầy cô. Ngay cả trong đời sống đức tin, những kẻ yêu mến Chúa và ưa thích sự thờ phượng bằng tâm thần và lẽ thật thường tìm đến nhiều buổi thờ phượng để nghe lời sự sống qua những người chăn bầy.

Khi về thiên đàng, chúng ta có niềm vui và phước hạnh trong việc thờ phượng Đức Chúa Trời và mong đợi được nghe lời Ngài. Trong buổi thờ phượng, chúng ta có thể được nghe lời Chúa, có cơ hội được nói chuyện cùng Đức Chúa Trời, hoặc nghe Chúa phán. Và cũng có những thời giờ để cầu nguyện nữa. Bấy giờ chúng ta không quỳ gối và nhắm mắt trong lúc cầu nguyện như hồi còn ở trên đất nầy. Đây là lúc chúng ta trò chuyện cùng Đức Chúa Trời, Chúa Jêsus, và Đức Thánh Linh. Thật là những thời giờ phước hạnh và vui sướng biết bao!

Chúng ta cũng có thể ngợi khen Đức Chúa Trời như chúng ta làm ở đất nầy. Song không dùng bất cứ một ngôn ngữ nào ở thế gian, mà chúng ta ngợi khen Chúa với những bài hát mới. Những kẻ đồng chịu khổ hoặc những thành viên cùng hội thánh trên đất cùng nhóm lại với người chăn bầy của họ để cùng nhau thờ phượng và chuyện trò vui vẻ.

Bấy giờ người ta sẽ thờ phượng như thế nào ở thiên đàng, nhất là khi người ta sống ở nhiều nơi khác nhau? Ở đây, sự sáng của những hình thể thuộc về trời đều khác nhau tùy theo nơi ở, vì thế họ phải mượn những trang phục tương xứng để đi đến những miền cao hơn. Vậy nên để tham gia buổi thờ phượng được diễn ra tại Giêrusalem Mới, là nơi chìm ngập trong sự sáng vinh hiển, hết thảy những người ở nơi khác phải mượn trang phục tương xứng.

Như cách chúng ta xem cùng chương trình qua vệ tinh trên toàn cầu trong cùng một thời điểm, chúng ta cũng có thể làm như vậy ở thiên đàng. Chúng ta có thể tham gia và nhìn xem buổi thờ phượng được tổ chức ở Giêrusalem Mới từ mọi nơi khác ở thiên đàng, song màn hình ở đây tự nhiên đến mức chúng ta cảm thấy như thể đang trực tiếp tham dự buổi lễ ấy.

Ngoài ra, chúng ta có thể mời các tổ phụ đức tin như Môise hay sứ đồ Phaolô đến để cùng thờ phượng. Tuy thế, chúng ta phải có một thẩm quyền thuộc linh thích đáng để mời những người xuất sắc đó.

Biết Được Những Điều Thiêng Liêng Sâu Nhiệm

Con cái Đức Chúa Trời học biết được rất nhiều điều thuộc về sự thiêng liêng khi còn đang được trưởng dưỡng trên đất, song những gì họ học ở đây chỉ là việc thích hợp với thiên đàng. Sau khi bước vào nơi nầy, họ bắt đầu học biết về một thế giới mới.

Ví dụ, khi những người tin Chúa qua đời, ngoại trừ những người vào Giêrusalem Mới, họ phải ở miền ngoại biên Barađi, ở đây người ta bắt đầu học về những nghi thức và phép tắc của thiên đàng từ các thiên sứ.

Như con ngời ở thế gian phải được giáo dục hầu cho khi lớn

lên thích nghi với xã hội, để sống trong một thế giới thiêng liêng mới mẻ, chúng ta phải được dạy dỗ tường tận về cách ăn ở như thế nào.

Một số người có thể hỏi rằng tại sao chúng ta lại phải học ở thiên đàng nữa trong khi chúng ta đã học nhiều thứ trên đất nầy rồi. Việc học trên đất nầy là một tiến trình rèn luyện thuộc linh, còn việc học thật sự chỉ bắt đầu sau khi chúng bước vào thiên đàng.

Như vậy, việc học sẽ luôn được tiếp diễn vì vương quốc Đức Chúa Trời là vô hạn và đời đời. Dẫu chúng ta có học đến bao nhiêu, chúng ta cũng không thể biết hết về Đức Chúa Trời là Đấng từ trước vô cùng. Chúng ta cũng chẳng thể biết hết về sự sâu nhiệm của Đức Chúa Trời là Đấng tự hữu hằng hữu, Đấng quản trị toàn bộ vũ trụ và mọi vật trong đó, và là Đấng ở cùng chúng ta cho đến đời đời.

Vì nthế, chúng ta nên biết rằng có rất nhiều thứ để học khi chúng ta bước vào thiên đàng, thế giới thiêng liêng vô hạn, việc học về những điều thiêng liêng luôn là niềm vui bất tận, chẳng như việc học ở thế gian nầy.

Vả lại, việc học biết về sự thiêng liêng chẳng hề ép buộc cũng chẳng có sát hạch. Chúng ta sẽ hể quên những gì đã học, nên chẳng có sự khó nhọc hay mệt mỏi. Chúng ta Sẽ chẳng chán ngán hay để thời gian trôi qua cách vô ích trên thiên đàng. Chúng ta sẽ vui sướng khi được học biết những điều kỳ diệu và mới lạ.

Liên Hoan, Đại Tiệc, Và Các Buổi Trình Diễn

Cũng có nhiều cuộc liên hoan và trình diễn ở thiên đàng. Các buổi liên hoan nầy là đỉnh cao của niềm hân hoan ở thiên đàng. Đây là nơi chúng ta hòa mình trong niềm vui qua việc ngắm xem sự giàu có, tự do, vẻ đẹp, và vinh hiển của thiên đàng trong tầm mắt.

Như con người ở đời nầy tự sửa soạn mình cho thật xinh đẹp để đến dự các buổi tiệc long trọng, ăn, uống, và vui hưởng những thứ tốt nhất, chúng ta có thể dự tiệc với những người ăn mặc xinh đẹp nhất. Các cuộc liên hoan ngập chìm trong các vũ điệu, lời ca, và những tiếng cười vui vẻ.

Hơn nữa, có những nơi giống như đại sảnh Carnegie ở New York City hay nhà hát Opera Sydney ở Úc nơi chúng ta có thể vui thú với nhiều cuộc biểu diễn. Các cuộc trình diễn ở thiên đàng không phải để tự khoe mình, bèn là tôn vinh Đức Chúa Trời, làm Chúa vui lòng và chia sẻ niềm vui với nhau.

Hầu hết các người trình diễn là những người xuất sắc trong việc tôn vinh Đức Chúa Trời qua việc ngợi khen, nhảy múa, và sử dụng nhạc cụ, và biểu diễn khi còn ở thế gian. Đôi khi họ cũng biểu diễn những bản nhạc giống với những bản nhạc mà họ từng biểu diễn. Hoặc những ai muốn làm những điều nầy ở thế gian theo cách quen thuộc, có thể ngợi khen Đức Chúa Trời với những bài ca và điệu múa mới ở thiên đàng.

Hơn nữa, cũng có những rạp chiếu bóng ở thiên đàng là những nơi chúng ta có thể đến xem phim. Ở Vương Quốc Thiên Đàng Thứ Nhất hay Thứ Hai, người ta thường xem phim trong những rạp công cộng. Ở Vương Quốc Thiên Đàng Thứ Ba và Giêrulem Mới, mỗi cư dân đều có các tiện nghi riêng trong nhà. Người ta có thể xem phim một mình hay mời những người thân đến vừa xem phim vừa có những món ăn nhẹ.

Trong Kinh Thánh, sứ đồ Phaolô đã từng đến Ở Vương Quốc Thiên Đàng Thứ Ba, song ông không thể nói cho người khác biết về những gì mình đã thấy được (2 Côrinhtô 12:4). Để cho người ta hiểu về thiên đàng là điều rất khó vì đây là thế giới mà người ta không thể biết hoặc hiểu rõ được. Thay vì người ta rất dễ bị hiểu nhầm.

Thiên đàng thuộc về thế giới thiêng liêng. Ở đây có nhiều thứ chúng ta không thể hiểu hoặc hình dung ra được, là nơi đầy những vui sướng mà chúng ta chưa hề biết đến ở thế gian nầy.

Đức Chúa Trời đã sắm sẵn một thiên đàng xinh đẹp như vậy cho chúng ta, Ngài khích lệ chúng ta để có những phẩm cách xứng đáng để bước vào đó qua Kinh Thánh.

Vậy nên, trong danh Chúa, tôi dâng lời cầu nguyện hầu cho chúng ta có sự vui mừng trong việc tin nhận Chúa và có những phẩm cách cần thiết để sẵn sàng với tư cách là tân nương xinh đẹp của Ngài đang chờ tân lang mình trở lại.

Chương 6

Barađi

Đức Chúa Jêssu đáp rằng:
"Quả thật, ta nói cùng ngươi, hôm nay ngươi sẽ
được ở với ta trong nơi Barađi."

- Luca 23:43

Hết thảy những ai tin nhận Chúa Jêsus làm cứu Chúa của mình thì sẽ được ghi tên vào sách sự sống và sẽ được vui hưởng sự sống đời đời nơi thiên đàng. Song, như tôi đã nói, sự phát triển của đức tin cần có một tiến trình, cùng những chỗ ở, vương miện, và phần thưởng được ban cho ở thiên đàng sẽ tùy vào lượng đức tin của mỗi người.

Những ai có tấm lòng giống Chúa sẽ được ở gần Ngai của Ngài hơn, và những ai có tấm lòng ít giống Chúa thì ở xa hơn.

Barađi là nơi cách xa Ngai của Đức Chúa Trời nhất do vậy ở đây có ít ánh sáng vinh hiển của Đức Chúa Trời, và là miền thấp nhất ở thiên đàng. Song, nó vẫn là nơi mà vẻ đẹp của trái đất không thể nào sánh được, ngay cả Vườn Êđen cũng không bằng.

Vậy Barađi là nơi như thế nào và hạng người nào sẽ vào nơi nầy?

Vẻ Đẹp Và Sự Vui Sướng ở Barađi

Miền ngoại biên Barađi được dùng làm Quảng Trường Chờ Đợi cho đến Ngày Phán Xét Cuối Cùng trước Ngai Trắng (Khải Huyền 20:11-12). Ngoài ra những ai đã được vào Giêrusalem Mới sau khi hoàn thành ý muốn của Đức Chúa Trời, và đang dự phần vào công việc của Ngài, hết thảy những ai được cứu từ buổi ban đầu đều phải chờ đợi tại miền ngoại biên của Barađi.

Vì thế chúng ta biết rằng Barađi là nơi rộng lớn đến mức mà vùng ngoại biên nó được dùng làm Quảng Trường Chờ Đợi cho rất nhiều người. Mặc dù là miền rộng lớn thấp nhất thiên đàng thì vẫn là nơi xinh đẹp và vui sướng đến nỗi trái đất, là nơi bị Chúa rủa sả, không thể nào sánh được.

Hơn thế, vì là nơi mà những con người được trưởng dưỡng trên đất đến ở, nên ở đây có nhiều điều vui sướng hơn so với Vườn Êđen là nơi con người đầu tiên Ađam đã từng sống.

Chúng ta hãy nhìn vào vẻ đẹp và sự vui sướng của Barađi mà Đức Chúa Trời đã khải tỏ cho chúng ta được biết.

Vùng Đồng Bằng Rộng Lớn Đầy Những Cây Cỏ Và Muôn Thú Xinh Đẹp

Barađi là một vùng đồng bằng rộng rộng lớn, có nhiều bãi cỏ tốt tươi và nhiều khu vườn xinh đẹp. Nhiều thiên sứ gìn giữ và trông nom những nơi nầy. Những tiến chim ca nghe thánh thót và trong trẻo, chúng vang vọng khắp cả Barađi. Chúng trông giống như chim ở trái đất, song có phần lớn hơn và có những bộ lông đẹp hơn. Những bản đồng ca của chúng thật ngọt ngào và đáng yêu.

Ngoài ra, cây cối và bông hoa trong vườn thật tươi thắm và kỳ diệu. Cây cối và bông hoa trên đất nầy héo tàn theo thời gian, song cây cối và bông hoa ở Barađi chẳng hề tàn héo. Khi người đến gần, những bông hoa mỉm cười, và đôi khi tỏa hương đặc biệt lan tỏa một khoảng rộng.

Cây xanh có rất nhiều trái. Chúng có phần lớn hơn trái cây ở thế gian nầy. Vỏ chúng sáng rực trông rất ngon. Chúng ta không cần phải bóc vỏ vì ở đây chẳng có bụi bặm, hay sâu bọ gì. Được ngồi quanh một khu đất rộng, xinh đẹp và bằng phẳng cùng trò chuyện với những người yêu dấu, với những trái cây ngon lành, thật là một cảnh tượng đẹp và vui sướng biết bao!

Hơn nữa, có nhiều động vật trên đồng bằng rộng lớn. Trong đó có những con sư tử cùng ăn cỏ hiền hòa. Chúng to hơn nhiều so với sư tử trên đất nầy, song rất hiền lành và đáng yêu, sạch sẽ và có bộ lông sáng rực.

Dòng Sông Sự Sống Chảy Thanh Bình

Sông Nước Sự Sống chảy xuyên suốt cả thiên đàng, từ Giêrusalem Mới đến Barađi, nước ở đây không bị bốc hơi hay ô nhiễm. Dòng sông bắt nguồn từ Ngai của Đức Chúa trời và làm tươi mới lại mọi thứ tượng trưng cho tấm lòng của Đức Chúa trời. Ấy là ký ức tốt đẹp, không tì vết, không chỗ chê trách và trong sáng, chẳng hề có sự tối tăm. Tấm lòng Đức Chúa trời là hoàn hảo và trọn vẹn trong mọi sự.

Sông Nước Sự Sống chảy thanh bình như nước biển lấp lánh dưới mặt trời. Nước ở đây trong đến nỗi không một loại nước nào ở thế gian có thể sánh được. Nhìn từ xa, nó có màu xanh như nước biển Địa Trung Hải hay Thái Bình Dương.

Có những dãy ghế dài rất đẹp dọc con đường trên hai bờ Sông Nước Sự Sống. Chung quanh các dãy ghế có các cây sự sống ra trái bốn mùa. Trái của của cây sự sống lớn hơn trái trầy ở thế gian, còn mùi vị của chúng thì ngon đến mức không thể nào tả được. Khi bỏ vào miệng thì chúng sẽ tan ra.

Không Có Tài Sản Riêng ở Barađi

Ở thiên đàng, tóc của nam giới dài đến cổ áo, song tóc của phụ nữ phản ánh phần thưởng được ban cho. Người nữ có tóc dài nhất đến ngang thắt lưng. Tuy nhiên, những người ở đây chẳng có phần thưởng, nên tóc người nữ chỉ hơi dài hơn tóc nam giới.

Họ mặc đồ màu trắng được dệt liền một mảnh, song chẳng có trang trí nào như trâm cài cho quần áo, hay vòng hoa, kẹp dùng cho tóc. Vì khi còn ở trên đất nầy họ chẳng có đóng góp gì cho Vương Quốc Đức Chúa Trời.

Vì mọi người vào Barađi đều không có phần thưởng, ở đây chẳng có nhà riêng, vương miện, huân chương, và cũng chẳng có thiên sứ nào được sai đến để hầu việc họ. Chỉ có nơi ở cho những linh hồn. Họ sống trong nơi tự phục vụ lẫn nhau.

Tương tự như vậy, Vườn Eđen cũng là nơi chẳng có nhà cửa cho cá nhân, song có sự khác xa về tầm vóc của sự sự vui sướng giữa hai nơi. Con người ở Barađi có thể gọi Đức Chúa Trời là "Cha, Abba" vì họ đã tin nhận Chúa Jêsus và được nhận lãnh Thánh Linh, vì vậy họ cảm nhận được niềm vui mà những người ở Vườn Êđen không thể có được.

Được sinh ra trên đất nầy để rồi được kinh nghiệm mọi sự kể cả tốt lẫn xấu, và trở thành con cái thật của Đức Chúa Trời, và có đức tin, đó là điều phước hạnh và quý báu của chúng ta.

Barađi Tràn Ngập Niềm Vui Sướng

Cuộc sống ở Barađi tràn đầy sự vui sướng trong lẽ thật vì ở đây chẳng hề có sự xấu xa nào và mọi người đều trước hết vì lợi ích của người khác. Người ta chẳng hề làm hại ai mà bèn là phục vụ lẫn nhau. Thật vui sướng biết bao!

Hơn thế nữa, không phải lo lắng về nhà ở, áo quần, ăn uống cũng chẳng có nước mắt, khổ đau, bệnh tật, khó nhọc hay chết chóc, ấy chính sự vui sướng.

> *Ngài sẽ lau ráo hết nước mắt khỏi mắt chúng, sẽ không có sự chết, cũng không có than khóc, kêu ca hay là đau đớn nữa; vì những sự thứ nhất đã qua rồi. (Khải Huyền 21:4).*

Chúng ta cũng biết rằng có thiên sứ trưởng trong những thiên sứ, có một thứ bậc trong những người ở Barađi. Ví dụ, có những người đại diện và người phát ngôn. Vì việc làm bởi đức tin của mỗi người là khác nhau, người có đức tin tương đối lớn hơn được chọn làm đại diện để chăm sóc một nơi hay một nhóm người nào đó.

Những người nầy có trang phục khác hơn những người bình thường ở Barađi và có quyền ưu tiên trong mọi sự. Đây không phải là điều bất công, song là bởi Đức Chúa Trời không thiên vị, Ngài thực hiện sự công bình nhằm báo đáp công việc cho mỗi người.

Vì ở thiên đàng chẳng có sự ganh ghét hay đố kỵ nhau, người ta chẳng hề có sự căm ghét hay bị xúc phạm khi nhìn thấy người khác được ban cho sự tốt đẹp hơn. Bèn là họ cảm thấy vui lòng và sung sướng khi nhìn thấy người khác nhận lãnh những điều tốt đẹp.

Chúng ta hãy biết rằng Barađi là nơi xinh đẹp và vui sướng hơn hẳn thế gian nầy.

Barađi Là Nơi Dành Cho Hạng Người Nào?

Barađi là một nơi xinh đẹp được dựng nên trong tình yêu và sự thương xót lớn lao của Đức Chúa Trời. Đây là nơi dành cho những ai chưa xứng đáng được gọi là con cái thật của Đức Chúa Trời, song đã nhận biết Ngài và tin nhận Chúa Jêsus Christ, nhờ đó thoát khỏi con đường địa ngục. Vậy, thật ra Barađi là nơi dành cho hạng người nào?

Ăn Năn Trước Lúc Chết

Trước hết, Barađi là nơi dành cho những ai ăn năn trước lúc chết và tin Chúa Jêsus Christ để được cứu, giống như kẻ cướp bị đóng đinh bên cạnh Chúa Jêsus. Khi đọc Luca 23:39 trở đi, chúng ta thấy có hai tên cướp bị đóng đinh hai bên, cạnh Chúa Jêsus. Một tên chửi bới, lăng mạ Chúa, song tên thứ hai quở mắng nó, rồi ăn năn và tin nhận Chúa Jêsus làm Cứu Chúa của mình. Bấy giờ Chúa Jêsus bèn phán cùng tên tội phạm biết ăn năn ấy rằng anh ta đã được cứu. Ngài phán, "Quả thật, ta nói cùng ngươi, hôm nay ngươi sẽ được ở cùng ta trong nơi Barađi." Kẻ tội phạm nầy chỉ vừa kịp tin nhận Chúa Jêsus làm Cứu Chúa của mình. Hắn chưa quăng xa tội lỗi cũng chẳng sống theo lời Chúa. Vì chỉ tin nhận Chúa trước lúc chết, nên hắn không có thời gian để học lời Chúa và sống theo lời Ngài.

Chúng ta nên biết rằng Barađi là nơi dành cho những ai tin nhận Chúa Jêsus Christ, song chẳng có góp phần nào cho Vương Quốc Đức Chúa Trời, giống như hình ảnh kẻ cướp trong Luca 23.

Vả lại, nếu nghĩ rằng, "Tôi sẽ tin Chúa trước khi chết, hầu cho có thể vào được Barađi là nơi vô cùng sung sương và xinh đẹp, là nơi mà trái đất nầy không thể sánh được," đây là một ý tưởng sai trật. Đức Chúa Trời cho phép kẻ tội phạm bên cạnh được cứu vì biết rằng người ấy có lòng yêu mến Chúa cho đến cuối cùng và sẽ chẳng từ bỏ Ngài nếu anh ta có thêm thời gian để sống.

Dầu vậy, không phải ai cũng có thể tin nhận Chúa trước lúc chết, và đức tin không thể được ban cho ngay trong một lúc. Vậy nên, chúng ta phải nhận biết đây là một trường hợp hiếm hoi mà kẻ tội phạm bên cạnh Chúa Jêsus đã được cứu trước lúc chết.

Vả lại, khi người ta được cứu dường như qua lửa, thì lòng họ vẫn còn những điều xấu xa vì đã sống chìu theo dục vọng mình.

Họ sẽ luôn biết ơn Đức Chúa Trời vì được ở trong Barađi và vui hưởng sự sống đời đời ở thiên đàng chỉ bởi việc tin nhận Chúa Jesus Christ làm Cứu Chúa mình, mặc dù trên đất nầy, họ chẳng có việc làm bởi đức tin.

Barađi khác xa với Giêrusalem Mới là nơi có Ngai của Đức Chúa Trời, song với sự thật rằng họ đã không sa vào địa ngục, song đã được cứu, chỉ vậy cũng đủ khiến họ sung sướng và vui mừng vô tận.

Thiếu Trưởng Thành Trong Đức Tin

Thứ hai, nếu tin nhận Chúa Jêsus Christ và có đức tin, song nếu đức tin ấy không trưởng thành, thì người ấy sẽ chỉ được cứu dường như qua lửa và chỉ được vào Barađi. Không chỉ những người mới tin, song những ai đã tin lâu ngày mà đức tin ấy cứ vẫn giậm chân tại chỗ như lúc mới tin, thì người ấy cũng chỉ được vào barađi

Có lần Chúa cho phép tôi nghe về sự xưng nhận của một tín đồ lâu năm trong Chúa, và hiện đang ở tại Quảng Trường Chờ Đợi ở miền ngoại biên Barađi của thiên đàng.

Người ấy sinh ra trong một gia đình thờ thần tượng và chẳng hề biết Đức Chúa Trời, về sau anh ta bắt đầu một cuộc sống Cơ

Đốc Nhân. Nhưng vì chẳng có một đức tin đích thực, anh ta cứ vẫn sống trong sự trói buộc của tội lỗi, và một mắt của anh không còn nhìn thấy được. Sau khi đọc xong sách *Ném Thử Cuộc Sống Đời Đời Trước Khi Chết,* anh đã nhận biết được thế nào là đức tin thật và ghi tên vào hội thánh, sau đó anh về thiên đàng trong lúc đang là một tín đồ trong hội thánh nầy.

Tôi có thể nghe được sự bộc bạch đầy vui mừng vì đã được cứu và được vào Barađi sau khi chịu đau đớn rất nhiều cùng những bệnh tật trong lúc còn ở trên đất nầy.

"Sau khi thoát khỏi thân xác mình, tôi thật sự tự do và vui sướng vì đã đến được nơi nầy. Tôi chẳng hiểu tại sao mình đã cố gắng bám víu vào những thứ phàm tục, chúng thảy đều vô nghĩa. Từ khi tôi bước vào nơi nầy sau khi thoát khỏi thân xác, thì thấy rằng việc bám víu vào những điều phàm tục chỉ là vô nghĩa và vô dụng mà thôi.

Đời tôi trên đất nầy, đã trải qua nhiều thất vọng và nản lòng. Ở đây, khi nhìn vào chính mình trong niềm yên ủi và vui sướng nầy, tôi được gợi nhớ về những lúc ra sức bám víu cuộc sống vô nghĩa. Song, ở đây linh hồn tôi chẳng thiếu thốn gì trong nơi sung túc nầy, và với sự thật rằng tôi có thể bước vào nơi nầy là điều đã mang lại cho tôi niềm vui không kể xiết.

Tôi rất yên tâm trong nơi nầy. Tôi thấy rất dễ chịu vì đã trút bỏ thân xác, và tôi lấy làm vui sướng rằng mình đã được vào nơi bình yên nầy sau cuộc sống mệt mỏi trên đất. Tôi thật sự chẳng hề biết rằng trút bỏ cuộc sống phàm tục là một điều vui sướng như thế nầy, bây giờ tôi rất bình an và vui mừng trong nơi nầy sau khi thoát khỏi thân xác.

Không thể nhìn thấy, không thể bước đi, không thể làm nhiều thứ khác thật sự là một thách thức đối với tôi lúc bấy giờ, song tôi vui mừng và cảm tạ sau khi nhận được sự sống đời đời và cảm nhận được kỳ diệu ở nơi nầy nhờ hết thảy những sự đó.

Nơi tôi đang ở chẳng phải là Thiên Đàng Thứ Nhất, Thiên Đàng Thứ Hai, Thiên Đàng Thứ Ba, hay Giêrusalem Mới. Dẫu chỉ là Barađi nhưng tôi vô cùng cảm tạ và vui mừng.

Linh hồn tôi vui thỏa với nơi nầy.
Linh hồn tôi ngợi khen trong nơi nầy.
Linh hồn tôi vui sướng trong nơi nầy.
Linh hồn tôi cảm tạ về nơi nầy.

Tôi vui mừng và cảm tạ vì đã sống xong cuộc đời cơ cực, khốn khổ và bắt đầu vui hưởng cuộc sống sung túc nầy.”

Thoái Hóa Đức Tin Trong Kỳ Thử Thách

Cuối cùng, có một số người đã từng trung tín, song dần dần trở nên nguội lạnh trong đời sống đức tin vì nhiều lý do, và chẳng còn một phần thưởng nào trong sự cứu rỗi của mình.

Ở hội thánh tôi, có một trưởng lão, bên ngoài dường như có đức tin lớn, ông tận tụy trong nhiều công việc. Song, một ngày nọ ông ngã bệnh và ốm nặng. Đến nỗi đã bị cấm khẩu và nhờ tôi cầu nguyện. Thay vì cầu nguyện chữa lành, tôi cầu nguyện cho sự cứu rỗi của ông. Bấy giờ linh hồn ông đã phải khốn đốn nhiều về nỗi sợ hãi trước sự tranh chiến giữa những thiên sứ muốn đưa ông về thiên đàng và những ác linh muốn kéo ông xuống địa ngục. Ví như ông có đủ đức tin để được cứu, thì các ác linh đã không đến để tranh giành ông. Tôi liền cầu nguyện để đuổi các ác linh đi, và cầu xin Chúa hãy nhận lấy người nầy. Ngay sau lời cầu nguyện, ông được yên ủi và bật khóc. Ông đã ăn năn ngay trước lúc chết và chỉ được cứu "dường như qua lửa".

Cũng vậy, cho dù chúng ta nhận lãnh Thánh Linh và được xức dầu với địa vị của một chấp sự hay trưởng lão, song nếu vẫn sống trong tội lỗi thì các sự ấy chỉ là điều xấu hổ trước mặt Đức Chúa Trời. Nếu không xoay bỏ khỏi đời sống đức tin hâm hẩm nầy, Đức Thánh Linh sẽ lìa khỏi chúng ta, để rồi chúng ta phải đứng trước nguy cơ đánh mất sự cứu rỗi.

Ta biết công việc của ngươi; ngươi không lạnh cũng không nóng. Ước gì ngươi lạnh hay nóng thì hay. Vậy, vì ngươi hâm hẩm, không nóng cũng không lạnh, nên ta sẽ nhả ngươi ra khỏi miệng ta. (Khải Huyền 3:15-16).

Vậy, hãy nhận biết rằng được vào Barađi là một sự cứu rỗi chẳng có gì đáng hãnh diện để rồi chúng sốt sắng và mạnh mẽ hơn trong cuộc sống đức tin.

Con người nầy đã từng được chữa lành và cả vợ của ông ta nữa, bà cũng đã từng đứng trước cửa thần chết và trở về qua sự cầu nguyện của tôi. Nhờ việc lắng nghe lời sự sống, một gia đình với đủ thứ nan đề đã trở thành một gia đình hạnh phúc. Từ đó, anh đã trở thành một nhân sự trung tín của Chúa, hết lòng tận tụy và nỗ lực trong bổn phận của mình.

Nhưng rồi khi hội thánh đối diện với thử thách, ông ta đã không bênh vực và bảo vệ hội thánh, mà còn để tư tưởng mình chịu phục Satan. Những lời lẽ ra từ miệng ông đã trở nên một bức tường tội lỗi ngăn cách giữa ông với Đức Chúa Trời. Dần dần ông không còn được ở trong sự che chở của Ngài, và lâm vào một căn bệnh hiểm nghèo.

Với tư cách là một đầy tớ của Đức Chúa Trời, người ấy lẽ ra đã không nghiêng tai hoặc để mắt đến những gì nghịch lại với lẽ thật và ý muốn của Đức Chúa Trời, song, ông đã để lòng hướng về những sự đó rồi đồn đại chúng ra. Đức Chúa Trời xoay mặt khỏi người ấy chỉ vì sự bội bạc của người đối với ơn chữa lành.

Bởi đó, những phần thưởng của ông đã không còn nữa và cũng không còn đủ sức để cầu nguyện. Đức tin ông đã trở nên xấu đi và cuối cùng ông đã đối diện với nguy cơ đánh mất sự cứu rỗi. May thay, Đức Chúa Trời đã nhớ lại những công khó của người trước đây đối với hội thánh. Nhờ vậy mà người nầy đã được cứu cách đáng thẹn vì Chúa đã gia ơn để ông ăn năn về những gì mình đã mắc phải.

Đầy Lòng Biết Ơn Vì Đã Được Cứu

Vậy tâm sự của người sẽ ra sao khi được vào Barađi? Vì ông đã được cứu trong gang tấc trước cửa địa ngục, tôi đã nghe ông xưng nhận trong bình an thật sự.

"Tôi được cứu là thể nầy. Dẫu là Barađi, tôi thấy rất thỏa lòng vì đã thoát khỏi mọi sợ hãi và khó nhọc. Lẽ ra linh hồn tôi đã phải đi vào nơi tối tăm, song giờ đã được vào miền sáng láng, xinh đẹp và sung túc."

Thật là niềm vui lớn cho ông ta sau khi thoát khỏi nỗi kinh hoàng của địa ngục! Bấy giờ vì ông đã được cứu cách hổ thẹn với tư cách là một trưởng lão của hội thánh, Đức Chúa Trời cho tôi nghe được lời cầu nguyện ăn năn của ông đương lúc ở nơi Thượng Tầng Âm Phủ trước khi bước vào Quảng Trường Chờ Đợi ở Barađi. Ở đây ông cũng ăn năn tội lỗi mình nữa, và cảm ơn tôi về sự cầu thay cho ông. Ông cũng hứa nguyện với Chúa về sự cầu nguyện liên tục cho hội thánh cho đến khi chúng tôi gặp nhau tại thiên đàng.

Từ buổi đầu của công cuộc trưởng dưỡng nhân loại trên đất nầy, số lượng người được vào Barađi nhiều hơn tổng số lượng người được vào các nơi khác ở thiên đàng.

Những kẻ được cứu không phần thưởng và được vào Barađi, hết lòng vui mừng và cảm tạ vì được vui hưởng sự sung túc, phước hạnh của Parađi mặc dù không có một đời sống Cơ Đốc Nhân xứng đáng trên đất nhưng đã khỏi sa vào địa ngục.

Song, sự vui sướng ở Barađi chẳng thể sánh với Giêrusalem Mới, nó cũng khác xa với niềm vui sướng ở thứ bậc tiếp theo, Thiên Đàng Thứ Nhất. Bởi đó chúng ta nên biết rằng điều quan trọng đối với Đức Chúa Trời không phải là chúng ta tin Chúa được bao lâu, mà bèn là tấm lòng của chúng ta, cũng như sự vâng theo ý muốn Đức Chúa Trời.

Ngày nay, nhiều người sống trong bản năng tội lỗi, nuông chiều xác thịt trong khi đó họ tự cho rằng mình đã nhận Thánh Linh. Những người nầy chỉ có thể nhận được sự cứu rỗi "dường như qua lửa" để vào Barađi, hoặc rốt cuộc phải sa vào sự chết ở hỏa ngục vì Thánh Linh đã lìa khỏi họ.

Hoặc có một số tín đồ hám danh đã trở nên kiêu ngạo vì đã nghe và học nhiều về lời Chúa, rồi đoán xét và buộc tội kẻ khác, cho dù họ tin Chúa đã lâu. Không kể họ đã sốt sắng và trung tín trong chức vụ đối với Chúa như thế nào, song nếu không nhận biết những sự gian ác trong lòng mình và quăng xa tội lỗi, thì những gì họ đang bám lấy cũng chỉ là vô ích.

Trong danh Chúa tôi dâng lời cầu nguyện hầu cho chúng ta là con cái của Đức Chúa Trời, những kẻ đã nhận Thánh Linh, quăng xa tội lỗi mình và mọi điều ác, để cố gắng chỉ sống theo lời Chúa.

Thiên Đàng Thứ Nhất

*Hết thảy những người đua tranh, tự mình chịu
lấy mọi sự kiêng ky. Họ chịu vậy để để được mão
triều thiên hay hư nát, nhưng chúng ta chịu vậy để
được mão triều thiên không hay hư nát.*

- 1 Côrinhtô 9:25

Barađi là nơi dành cho những ai tin Chúa Jêsus nhưng không có việc làm bởi đức tin, là nơi xinh đẹp và vui sướng hơn nhiều so với đất nầy. Vậy, Thiên Đàng Thứ Nhất là nơi dành cho những ai cố gắng sống theo lời Chúa sẽ càng xinh đẹp hơn là biết dường nào?

Thiên Đàng Thứ Nhất ở gần với Ngai của Chúa hơn Barađi, song ở thiên đàng có nhiều nơi đẹp hơn. Dầu vậy, những người được vào Thiên Đàng Thứ Nhất sẽ thỏa lòng và rất vui sướng với những gì mình đã được ban cho. Như cá vàng thỏa lòng khi được ở trong hồ cá, và chẳng ước mong gì thêm.

Chúng ta sẽ quan sát kỹ về Thiên Đàng Thứ Nhất, là nơi có cấp độ cao hơn Barađi, và biết được hạng người nào sẽ được vào nơi nầy.

Xinh Đẹp Và Vui Sướng Hơn Barađi

Barađi là nơi chẳng có phần thưởng cá nhân. Đây là nơi dành cho những ai không có việc làm nào bởi đức tin. Song, từ Thiên Đàng Thứ Nhất trở lên là những nơi có nhiều phần thưởng và vương miện dành ban cho từng người.

Ở Thiên Đàng Thứ Nhất, người ta sống trong nhà riêng và nhận lãnh những vương miện không hư mất. Có nhà riêng ở thiên đàng là một niềm vinh dự, vì vậy niềm vui sướng mà những người ở Thiên Đàng Thứ Nhất cảm nhận được vượt xa so với sự ấy ở Barađi.

Nơi ở Của Mỗi Người Đều Được Trang Hoàng Xinh Đẹp

Các dinh thự cá nhân ở Thiên Đàng Thứ Nhất không phải là những ngôi nhà riêng lẽ, bèn là giống những chung cư hay những căn hộ ở thế gian nầy. Tuy nhiên chúng không được xây từ ximăng hay gạch, mà là từ những chất liệu tốt đẹp ở thiên đàng như vàng và châu ngọc.

Nhà cửa ở đây không có cầu thang gác, mà chỉ có thang máy. Ở đất nầy chúng ta bấm nút, song ở thiên đàng, thang máy tự động đến ngay tầng nhà chúng ta muốn đến.

Trong số những người đã từng đến thiên đàng, nhiều người đã nhìn thấy những căn hộ ở thiên đàng, và vì họ nhìn thấy Thiên Đàng Thứ Nhất trong nhiều từng trời khác nhau. Những ngôi nhà theo kiểu chung cư nầy có đủ mọi tiện nghi cho cuộc sống, và thảy đều rất tiện lợi.

Có những nhạc cụ dành cho những ai thích âm nhạc, và cũng có sách dành cho ai thích đọc. Mỗi người đều có không gian riêng thật thoải mái cho việc nghỉ ngơi.

Theo phương diện nầy, môi trường chung quanh Thiên Đàng Thứ Nhất được tạo nên tùy theo sở thích của chủ chúng. Vậy nên đây là nơi xinh đẹp và vui sướng hơn nhiều so với Barađi, tràn đầy niềm vui và hạnh phúc đến mức chúng ta chưa từng biết đến ở thế gian nầy.

Công Viên, Ao Hồ, Bể Bơi, và Những Thứ Tương Tự

Vài nhà cửa ở thiên đàng không phải những ngôi nhà riêng lẻ, ở đó có những công viên, ao hồ, bể bơi, và bãi chơi gôn. Giống những người sống ở chung cư trên đất nầy, họ chia sẻ nhau công viên, sân chơi quần vợt, và những bể bơi.

Những tài sản công cộng chẳng hề bị hư mòn, bởi các thiên sứ luôn gìn giữ chúng ở tình trạng tốt nhất. Các thiên sứ giúp đỡ con người sử dụng những tiện nghi nầy, do vậy cho dù là những tài sản chung nhưng chẳng hề có sự bất tiện nào.

Ở Barađi chẳng có một thiên sứ giúp đỡ nào, song ở Thiên Đàng Thứ Nhất người ta có sự giúp đỡ từ các thiên sứ. Do vậy ở đây người ta được hưởng một sự vui sướng rất khác biệt. Mặc dù thiên sứ không thuộc về một cá nhân nào, ở đây chúng chăm sóc những tài sản chung.

Ví dụ, nếu chúng ta muốn thưởng thức trái cây trong lúc đang ngồi nói chuyện với những người thân yêu trên những dãy ghế vàng bên Sông Nước Sự Sống, các thiên sứ sẽ mang trái cây đến để phục vụ chúng ta ngay trong chốc lát một cách đầy khiêm cung. Nhờ có thiên sứ giúp đỡ con cái Đức Chúa Trời nên niềm hân hoan vui sướng mà người ta được hưởng ở đây là khác xa so với sự đó của những người ở Barađi.

Thiên Đàng Thứ Nhất Trội Hơn Barađi

Ngay cả màu sắc và hương thơm của bông hoa, sự rực rỡ và xinh đẹp của thú vật cũng đều khác xa so với những sự đó ở Barađi. Vì Chúa sắm sẵn mọi thứ tùy theo tầm thước đức tin của con người trong mỗi nơi ở thiên đàng.

Ngay cả con người trên đất nầy cũng có những tiêu chuẩn thẩm mỹ khác nhau. Ví dụ các nhà chuyên gia về hoa sẽ đánh giá vẻ đẹp ngay trên một bông hoa cũng đã dựa trên nhiều tiêu chuẩn khác nhau. Ở thiên đàng, hương hoa ở mỗi miền đều khác nhau. Ngay cả trong cùng một miền, mỗi loại hoa đều có hương thơm đặc trưng của nó.

Đức Chúa Trời đã sắm sẵn những bông hoa theo phương diện như vậy hầu cho con người ở Thiên Đàng Thứ Nhất sẽ tận hưởng được cảm giác tuyệt vời khi họ ngửi mùi hương hoa ở đây. Cũng vậy, trái cây ở mỗi miền trên thiên đàng đều có hương vị khác nhau. Đức Chúa Trời cũng sắm sẵn hương vị và màu sắc trái cây tùy theo tầm thước của mỗi nơi ở.

Khi tiếp đón một người khách quan trọng, chúng ta thường chuẩn bị như thế nào? Chúng ta sẽ cố gắng đáp ứng sở thích của khách, hầu cho họ có thể cảm nhận được niềm vui tuyệt vời nhất.

Cũng vậy, Đức Chúa Trời đã dự sẵn mọi thứ một cách hoàn hảo để con cái của Ngài sẽ được thỏa lòng trong mọi sự.

Hạng Người Nào Sẽ Được Vào Thiên Đàng Thứ Nhất?

Barađi là một nơi của thiên đàng, dành cho những người có tầm thước đức tin thứ nhất, được cứu bởi việc tin nhận Chúa

Jêsus Christ, song chẳng có góp phần nào cho vương quốc của Đức Chúa Trời. Vậy hạng người nào sẽ được vào Thiên Đàng Thứ Nhất, là miền bên trên Barađi, để vui hưởng sự sống đời đời ở đó?

Những Người Cố Gắng Làm Theo Lời Của Đức Chúa Trời

Thiên Đàng Thứ Nhất là nơi dành cho những kẻ tin nhận Chúa Jêsus Christ và cố gắng sống theo lời của Đức Chúa Trời. Song những người tin nhận Chúa đến hội thánh nghe Lời Chúa vào mỗi Chúa Nhật, mà chẳng hiểu sự thật về tội lỗi, tại sao họ phải cầu nguyện, và tại sao họ phải quăng xa những điều xấu xa của mình. Cũng như những người ở tầm thước đức tin thứ nhất đã biết được niềm vui đầu tiên qua việc được sinh bởi nước và Thánh Linh, song chẳng nhận biết được tội lỗi là gì, và cũng chẳng biết được tội lỗi của chính mình.

Bấy giờ, nếu chúng ta đạt đến tầm thước đức tin thứ hai, Đức Thánh Linh sẽ giúp chúng ta biết được tội lỗi và sự công chính. Nhờ vậy chúng ta cố gắng sống theo lời Chúa, song chúng ta chẳng làm được ngay. Giống một đứa trẻ lần đầu tập đi: nó sẽ cứ đứng lên bước đi sau mỗi lần vấp ngã.

Thiên Đàng Thứ Nhất là nơi dành cho những người cố gắng sống theo lời Chúa, và vương miện đời đời sẽ dành trao cho họ. Giống như các lực sĩ phải đấu theo đúng luật lệ của cuộc thi (2 Timôthê 2:5-6), con cái của Đức Chúa Trời phải đánh trận tốt lành bởi đức tin và theo lẽ thật. Nếu không chú ý đến thiên luật, luật của Đức Chúa Trời, như một lực sĩ kia không thi đấu theo lệ luật, chúng ta sẽ có một đức tin chết. Bởi vậy chúng ta bị xem như một người ngoài cuộc và chẳng có một phần thưởng nào.

Dầu vậy, đối với bất kỳ người nào ở Thiên Đàng Thứ Nhất, đều được ban cho vương miện vì sự cố gắng sống theo lời Chúa, mặc dù những việc làm của họ là chưa đầy đủ. Song đây cũng chỉ là một sự cứu rỗi chẳng có gì đáng tự hào. Mặc dù có đủ đức tin để vào Thiên Đàng Thứ Nhất, song họ chưa hoàn toàn sống theo lời Chúa.

Sự Cứu Rỗi Đáng Thẹn Nếu Công Việc Bị Lửa Thiêu Đi

Thật ra, "sự cứu rỗi đáng thẹn" là gì? Trong 1 Corinhtô 3:12-15, chúng ta sẽ nhận biết công việc mà người ta đã làm nên có thể còn lại hay bị thiêu mất.

Nếu có kẻ lấy vàng, bạc, bửu thạch, gỗ, cỏ khô, rơm rạ mà xây trên nền ấy, thì công việc của mỗi người sẽ bày tỏ ra. Ngày đến sẽ tỏ tường công việc đó; nó sẽ trình ra trong lửa, và công việc của mỗi người đáng giá nào, lửa sẽ chỉ ra. Ví bằng công việc của ai xây trên nền được còn lại, thì thợ đó sẽ lãnh phần thưởng mình. Nếu công việc họ bị thiêu hủy, thì mất phần thưởng. Còn về phần người đó, sẽ được cứu, song dường như qua lửa vậy.

"Nền tảng" ở đây nói đến Chúa Jêsus Christ và những phương tiện chúng ta xây trên nền ấy, công việc của chúng ta sẽ trình ra qua cuộc thử lửa.

Một mặt, công việc của những ai có đức tin như vàng, bạc, bửu thạch thì sẽ còn lại sau cuộc thử lửa vì họ đã làm theo lời Chúa. Mặt khác, công việc của những kẻ có đức tin như gỗ, cỏ khô, hay rơm rạ thì sẽ bị thiêu hủy đi khi qua cuộc thử lửa vì họ không làm theo lời Chúa.

Vậy nên, khi nói đến những tầm thước đức tin, vàng được xếp vào tầm thước thứ năm (cao nhất), bạc thứ tư, bửu thạch thứ ba, gỗ thứ hai, và cỏ khô thứ nhất (thấp nhất). Gỗ và cỏ khô đều có sự sống, đức tin như gỗ có nghĩa rằng người ta có đức tin sống nhưng chưa mạnh mẽ. Song, rơm rạ thì khô khan chẳng có sự sống, nói đến những người chẳng có đức tin.

Những kẻ không có đức tin thì chẳng được dự phần vào sự cứu rỗi. Gỗ và cỏ khô, tượng trưng cho những người có công việc bị thiêu hủy sau cuộc thử lửa, sẽ nhận được sự cứu rỗi đáng thẹn. Đức Chúa Trời sẽ công nhận đức tin vàng, bạc, bửu thạch, song đối với gỗ và cỏ khô thì không.

Đức Tin Không Có Việc Làm Là Đức Tin Chết

Một số người có thể nghĩ rằng, "Tôi là một Cơ Đốc Nhân lâu năm, nên tin chắc tôi đã vượt qua tầm thước đức tin thứ nhất, ít nhất tôi cũng có thể vào được Thiên Đàng Thứ Nhất." Tuy nhiên, nếu có đức tin thật, chúng ta sẽ làm theo lời Chúa. Cùng lẽ đó, nếu phạm nguyên tắc nầy và chẳng quăng xa tội lỗi, thì ngay cả Thiên Đàng Thứ Nhất, hay Barađi cũng là điều không thể.

Trong Giacơ 2:14, có một câu hỏi đặt ra cho chúng ta rằng: *"Hỡi anh em, nếu ai nói mình có đức ti, song không có việc làm, thì ích chi chăng? Đức tin đó cứu người ấy được chăng?"* Nếu chẳng có việc làm, chúng ta không được cứu. Đức tin không có việc làm là đức tin chết. Vậy những kẻ không chống lại tội lỗi thì không thể được cứu vì họ giống như người kia nhận một nén bạc của Chúa rồi đem gói giữ trong khăn (Luca 19:20-26).

"Nén bạc" ở đây tượng trưng cho một ân tứ Thánh Linh được ban đến cho những ai mở lòng tin nhận Chúa Jêsus Christ làm Cứu Chúa mình. Đức Thánh Linh khiến cho chúng ta có thể nhận biết tội lỗi, sự công chính, và sự xét đoán, giúp chúng ta được cứu và được vào thiên đàng.

Một mặt, nếu xưng nhận đức tin nơi Chúa, song lòng chúng

ta chẳng chịu cắt bì, chẳng làm theo ước muốn của Đức Thánh Linh, cũng chẳng làm theo lẽ thật, bấy giờ Thánh Linh sẽ lìa khỏi chúng ta. Mặt khác, nếu chúng ta quăng xa tội lỗi mình và nhờ sự vùa giúp của Đức Thánh Linh mà làm theo lời Chúa, chúng ta có thể có đồng tâm tình với Đấng Christ, Ngài chính là lẽ thật.

Vậy, con cái của Đức Chúa Trời là những kẻ đã được ban cho ân tứ Thánh Linh, hãy thanh tẩy lòng mình và mang lấy những bông trái Thánh Linh để đạt được sự cứu rỗi trọn vẹn.

Trung tín theo lý trí song trong lòng chưa được cắt bì

Có lần Chúa bày tỏ cho tôi về một thành viên trong hội thánh, người nầy đã qua đời và vào Thiên Đàng Thứ Nhất, Ngài cho tôi biết về tầm quan trọng của đức tin có việc làm cặp theo. Người nầy đã hầu việc Chúa trong ban tài chánh đã 18 năm chẳng hề có sự lừa dối trong lòng. Ông cũng trung tín trong những việc khác của Chúa và được trao danh hiệu trưởng lão. Ông cố gắng mang lại nhiều kết quả trong những công việc làm ăn và làm vinh hiển Chúa, ông thường tự hỏi mình, "Làm sao có thể đạt được vinh quang vương quốc của Đức Chúa Trời cách lớn lao hơn?"

Tuy nhiên ông đã chẳng mấy thành công, vì đôi khi ông làm Chúa buồn lòng, không theo con đường ngay thẳng vì cớ những ác tưởng của mình với lòng mong muốn tìm kiếm sự công bình riêng. Vả lại, ông cũng gây nên một số gian dối, và giận lẫy người khác, ông đã không làm theo lời Chúa trong nhiều phương diện.

Nói cách khác, vì ông đã trung tín theo cách lý trí song chẳng cắt bì lòng mình – là việc quan trọng hàng đầu, ông đã dừng lại ở tầm thước đức tin thứ hai. Hơn nữa, nếu gặp phải nan đề về tài chánh giữa cá nhân với nhau, ông sẽ chẳng giữ lòng trung tín mà thỏa hiệp với những điều không ngay thẳng.

Cuối cùng, đến một mức độ thoái hóa nhất định nào đó trong đời sống đức tin của ông dẫn đến nguy cơ thậm chí không được vào Barađi, Đức Chúa Trời đã gọi linh hồn ông vào một thời điểm thích hợp nhất.

Sau khi chết, qua sự liên lạc thuộc linh, ông đã bày tỏ lòng biết ơn và ăn năn rất nhiều. Ông ăn năn vì đã làm tổn thương nhiều giáo sĩ qua việc không làm theo lẽ thật, gây cớ vấp phạm cho người khác, xúc phạm anh em, thậm chí sau khi nghe lời Chúa cũng chẳng làm theo. Ông cũng nói rằng mình luôn cảm thấy bị áp lực vì đã không hoàn toàn ăn năn lỗi lầm khi còn sống trên đất nầy, song bấy giờ ông cảm thấy vui sướng vì đã có thể nói ra những sai lầm nầy.

Ngoài ra, ông còn nói đến lòng biết ơn của mình vì đã không dừng chân tại Barađi với tư cách là một trưởng lão. Vẫn là một điều đáng hổ thẹn khi vào Thiên Đàng Thứ Nhất với tư cách là một trưởng lão, song ông cảm tốt hơn vì Thiên Đàng Thứ Nhất là nơi vinh quang hơn nhiều so với Barađi.

Vậy, chúng ta nên biết rằng điều quang trọng nhất là sự cắt bì lòng mình hơn là trung tín theo kiểu lý trí và danh hiệu.

Đức Chúa Trời Dẫn Dắt Con Cái Ngài Vào Thiên Đàng Tốt Đẹp Hơn Qua Thử Thách

Giống như một lực sĩ phải chịu sự rèn luyện khó nhọc để giành chiến thắng, chúng ta cũng phải đối diện với thử thách để vào được nơi ở tốt hơn trên thiên đàng. Đức Chúa Trời cho phép thử thách xảy đến với con cái Ngài để đưa chúng đến nơi ở tốt đẹp hơn trên thiên đàng, các thử thách ấy có thể được chia làm ba loại.

Thứ nhất, có những thử thách để quăng xa tội lỗi. Để trở

thành con cái thật của Đức Chúa Trời, chúng ta phải chống lại tội lỗi cho đến chừng đổ huyết hầu cho có thể hoàn toàn loại bỏ chúng ra khỏi đời sống mình. Tuy nhiên Đức Chúa Trời đôi khi sửa phạt con cái Ngài vì chúng không chịu quăng xa tội lỗi mà vẫn miệt mài trong đó (Hêbơrơ 12:6). Như bố mẹ sửa phạt con cái mình để dẫn chúng vào con đường ngay thẳng, Đức Chúa Trời đôi lúc cho phép thử thách xảy đến với con cái Ngài hầu cho chúng sẽ trở nên trọn vẹn.

Thứ hai, có những thử thách để làm nên chiếc bình xứng đáng cho sự ban phước. Ngay từ khi còn là một cậu bé, Đavít đã từng giết chết gấu, sư tử để bảo vệ bầy chiên mình. Ông có đức tin lớn đến mức, chỉ nương cậy vào Đức Chúa Trời, bằng một chiếc trành và một hòn đá, ông đã giết Gôli-át, là kẻ mà cả quân đội Ysơraên khiếp sợ. Lý do ông vẫn phải đối mặt với thử thách, như bị vua Saulơ truy sát, là vì Ngài đã cho phép những thử thách đó xảy đến để khiến Đavít trở nên một chiếc bình lớn và một vị vua vĩ đại hơn.

Thứ ba, có những thử thách nhằm chấm dứt tình trạng lười biếng, vì khi an nhàn người ta thường có xu hướng xa cách Chúa. Ví dụ có một số người trung tín trong công việc Chúa, và luôn được ban phước về tiền bạc. Sau đó họ không còn giữ sự cầu nguyện nữa, lòng sốt sắng đối với Chúa cũng trở nên nguội lạnh. Nếu Đức Chúa Trời cứ để mặc như vậy, thì họ rất có thể sa vào sự chết. Do vậy Đức Chúa Trời cho phép thử thách xảy đến hầu cho tâm trí họ được bừng sáng trở lại.

Chúng ta hãy quăng xa mọi tội lỗi mình, làm theo điều ngay thẳng để trở thành chiếc bình xứng đáng trước mặt Đức Chúa Trời và dâng trọn lòng mình lên cho Ngài, Đấng thử thách đức tin của con người. Tôi hy vọng rằng chúng ta sẽ được nhận lãnh trọn vẹn những ơn phước kỳ diệu mà Đức Chúa Trời đã sắm sẵn cho chúng ta.

Một số người có thể nói rằng, "Tôi muốn thay đổi, song sự ấy là khó khăn mặc dù tôi có cố gắng." Tuy nhiên, người ấy đã nói vậy chẳng phải vì thật sự khó thay đổi, song là vì lòng anh ta thiếu sự nhiệt tình và khát vọng được thay đổi.

Nếu thật sự hiểu biết lời thiêng liêng của Đức Chúa Trời và cố gắng thay đổi từ bên trong, chúng ta có thể thay đổi cách nhanh chóng vì Đức Chúa Trời sẽ gia ơn thêm sức để chúng ta thực hiện điều đó. Đương nhiên Đức Thánh Linh cũng sẽ vùa giúp chúng ta trên tiến trình nầy. Nếu hiểu biết lời Chúa bằng lý trí và chỉ xem như một kiến thức, song chẳng làm theo, dễ lắm chúng ta sẽ trở nên kiêu ngạo và tự phụ, điều ấy sẽ gây tổn hại đến sự cứu rỗi của chúng ta.

Bởi đó, trong danh chúa tôi cầu nguyện hầu cho anh chị em không mất đi niềm khao khát và vui mừng của tình yêu ban đầu, tiếp tục làm theo ước muốn Đức thánh Linh hầu cho chúng ta sẽ có được một nơi ở tốt đẹp hơn trên thiên đàng.

Chương 8

Thiên Đàng Thứ Hai

Tôi gởi lời khuyên nhủ nầy cho các bậc trưởng lão trong anh em, tôi đây cũng cũng là trưởng lão như họ, người chứng kiến sự đau đớn của Đấng Christ. Và cũng có phần về sự vinh hiển sẽ hiện ra:hãy chăn bầy của Đức Chúa Trời đã giao phó cho anh em, làm việc đó chẳng phải bởi ép tình, bèn là bởi vui lòng, chẳng phải vì lợi dơ bẩn, bèn là hết lòng mà làm;chẳng phải quản trị phần trách nhiệm chia cho anh em; song để làm gương tốt cho cả bầy, khi Đấng làm đầu các kẻ chăn hiện ra, anh em sẽ được mão triều thiên vinh hiển chẳng hề tàn héo.

- 1 Phiero 5:1-4

Một mặt, cho dù chúng ta có nghe nói nhiều về thiên đàng đến bao nhiêu chăng nữa, song cũng chỉ là vô ích nếu chúng ta không nhận biết chúng trong lòng, vì cớ chúng ta chẳng tin. Như hạt giống gieo dọc đường bị chim trời ăn mất, Satan và ma quỉ cướp những lời về thiên đàng khỏi chúng ta (Mathiơ 13:19).

Mặt khác, nếu nghe lời về thiên đàng và nắm giữ lấy, chúng ta sẽ có một đời sống đức tin kết quả gấp ba mươi, sáu mươi hay một trăm lần những gì đã gieo ra. Nhờ chúng ta làm theo lời

Chúa, chúng ta không chỉ làm tròn bổn phận mà còn được nên thánh và trung tín trong cả nhà Chúa. Sau đây chúng ta hãy tìm hiểu xem về Thiên Đàng Thứ Hai, và hạng người nào sẽ được vào nơi nầy?

Mỗi Người Đều Được Ban Cho Nhà Cửa Xinh Đẹp

Tôi đã nói về những người được vào Barađi hoặc thiên đàng thứ nhất là những người được cứu cách hổ thẹn vì hết thảy công việc của họ đều bị thiêu hủy qua cuộc thử lửa. Song, những người được vào Thiên Đàng Thứ Hai là những người đạt đến loại đức tin vượt qua được cuộc thử lửa, và lãnh được phần thưởng mà những người ở Barađi và Thiên Đàng Thứ Nhất không có, theo y như sự công chính của Đức Chúa Trời, phần thưởng mà người ta nhận được tùy vào công việc họ đã làm.

Vậy nên, nếu niềm vui sướng của những người được vào Thiên Đàng Thứ Nhất được so sánh với cá vàng trong bể nuôi, thì niềm vui sướng của người được vào Thiên Đàng Thứ Hai có thể sánh với cá voi trong biển Thái Bình rộng lớn.

Chúng ta hãy nhìn vào những nét đặc trưng của Thiên Đàng Thứ Hai, trên vấn đề nhà cửa và cuộc sống.

Mỗi Người Đều Được Ban Cho Nhà Riêng

Nhà cửa ở Thiên Đàng Thứ Nhất giống những chung cư, song những người ở Thiên Đàng Thứ Hai thì hoàn toàn tự do trong những tư thất. Không có một ngôi nhà xinh đẹp nào ở thế gian nầy có thể sánh với nhà cửa ở Thiên Đàng Thứ Hai. Chúng có dáng vẻ uy nghi và xinh đẹp, được trang trí bằng nhiều bông hoa và cây cối.

Nếu được vào Thiên Đàng Thứ Hai, chúng ta không những được ban cho nhà cửa mà còn được ban cho những thứ chúng ta ưa thích nhất. Như hồ bơi được trang trí bằng vàng và đủ thứ châu ngọc, chiếc ao xinh đẹp, hay phòng khiêu vũ. Hoặc Nếu muốn tản bộ, chúng ta sẽ được ban cho con đường đầy hoa cỏ có nhiều thú vật chơi quanh.

Dầu vậy, ví như chúng ta muốn có hết thảy các thứ như bể bơi, ao hồ, phòng khiêu vũ, đường sá, v.v., chúng ta chỉ được một thứ mà mình ưa thích nhất. Vì ở Thiên Đàng Thứ Hai, những gì mà người ta có đều không giống nhau, họ đến thăm viếng nhau và chung vui những gì mình có.

Nếu một người có phòng khiêu vũ song chẳng có bể bơi, khi muốn bơi người ấy có thể sang nhà bên có bể bơi để tận hưởng niềm vui đó. Ở thiên đàng người ta phục vụ lẫn nhau, họ luôn mến mộ và hiếu khách. Việc tiếp khách là một niềm hân hoan và vui sướng đối với họ. Vậy nên nếu muốn vui hưởng thứ gì, chúng ta có thể sang thăm nhà xóm giềng.

Vả lại, Thiên Đàng Thứ Hai tốt hơn nhiều so với Thiên Đàng Thứ Nhất về mọi phương diện. Tuy nhiên, nơi nầy cũng không thể sánh được với Giêrusalem Mới. Ở Thiên Đàng Thứ Hai, không có thiên sứ giúp việc cho từng cá nhân con cái Đức Chúa Trời. Kích thước, vẻ xinh đẹp, và sự tráng lệ của nhà cửa ở đây rất khác biệt, những chất liệu, màu sắc, và sự rực rỡ của châu ngọc dùng trang trí cho những nhà cửa ở đây cũng đều mang nét đặc trưng của chúng.

Bảng Ghi Tên Với Ánh Đèn Hoa Lệ Và Xinh Đẹp

Mỗi tòa nhà ở Thiên Đàng Thứ Hai đều là nhà đơn tầng và có bảng đề tên trước cửa. Tên chủ nhân của ngôi nhà được ghi trên bảng ấy, trong một số trường hợp đặc biệt, trên biển có để tên hội thánh mà chủ nhà ấy đã phục vụ. Tên hội thánh cùng tên chủ nhà được viết bằng tiếng thiên đàng, chữ viết ấy trông giống như chữ Arập hay Hêbơrơ, tỏa sáng rực rỡ cùng những ánh đèn hoa lệ. Cho nên những người ở Thiên Đàng Thứ Hai sẽ khao khát mà rằng, "Ồ! Đây là một trong những ngôi nhà của người đã phục vụ cho hội thánh đó!"

Tại sao tên hội thánh sẽ được viết cách rõ ràng? Chúa làm vậy hầu cho tên ấy sẽ là niềm tự hào và vinh quang cho những thành viên đã phục vụ nó, là những người sẽ xây dựng Hội Thánh Huy Hoàng để tiếp đón Chúa trong sự Hiện Đến Lần Hai trên không trung.

Tuy nhiên, nhà cửa ở Thiên Đàng Thứ Ba và Giêrusalem Mới chẳng có biển đề tên. Ở hai vương quốc nầy không có nhiều người, qua những hào quang và hương thơm đặc biệt ra từ các tòa nhà, chúng ta có thể nhận biết được chủ nhân của nó.

Hối Tiếc Vì Không Nên Thánh Trọn Vẹn

Một số người có thể tự hỏi rằng, "Ở thiên đàng, như Barađi không có nhà riêng, còn ở Thiên Đàng Thứ Hai thì người ta chỉ sở hữu được một thứ, chẳng phải như vậy sẽ là điều bất tiện hay sao?" Dẫu vậy, ở thiên đàng không có khái niệm về sự thiếu thốn hay bất tiện. Việc chung sống với nhau chẳng hề khiến cho người ta cảm thấy không thoải mái. Họ rất hào phóng khi chia sẻ các tài sản cho nhau mà xem đó là niềm hạnh phúc lớn.

Ngoài ra, họ chẳng hề hối tiếc về việc chỉ được sở hữu một

tài sản cá nhân, cũng chẳng đem lòng ghen tị về những thứ mà người khác có. Bèn là luôn cảm động sâu sắc và đầy lòng biết ơn Đức Chúa Cha về sự ban cho dư dật của Ngài, họ luôn thỏa lòng trong niềm vui sướng đời đời.

Họ chỉ tiếc một điều là đã chưa gắng hết sức mình để được nên thánh trọn vẹn khi còn sống trên đất. Vì chưa quẳng xa hết tội lỗi nên họ họ cảm thấy rất hối tiếc và hổ thẹn khi đứng trước mặt Đức Chúa Trời. Ngay cả khi nhìn thấy những người được vào Thiên Đàng Thứ Ba hay Giêrusalem Mới, họ cũng không ghen tị với những nhà cửa huy hoàng và những phần thưởng vinh quang mà họ nhận được, nhưng họ chỉ hối tiếc một điều rằng mình đã không nên thánh trọn vẹn.

Vì Đức Chúa Trời là Đấng công bình, Ngài khiến chúng ta gặt những gì mình gieo, và ban thưởng tùy công việc chúng ta đã làm. Vậy nên, khi đã được nên thánh và trung tín trên đất, Ngài sẽ ban cho chúng ta nơi ở cũng những phần thưởng. Tùy theo mức độ mà chúng ta sống theo lời Chúa, Ngài sẽ ban thưởng cho chúng ta cách xứng đáng và hậu hĩ.

Nếu trọn vẹn sống theo lời Chúa, Ngài sẽ ban cho chúng ta mọi điều mình ao ước ở thiên đàng. Tuy nhiên, nếu chúng ta không trọn vẹn sống theo lời Chúa, Ngài sẽ chỉ ban cho chúng ta tùy vào việc chúng ta đã làm, song đó là sự ban cho dư dật.

Vậy nên, bất kể chúng ta vào được tầng trời nào trên thiên đàng, chúng ta cũng đầy lòng biết ơn Đức Chúa Trời về sự ban cho của Ngài luôn vượt quá những gì chúng làm được trên đất và sống trong niềm hân hoan, vui sướng đời đời.

Vương Miện Vinh Quang

Đức Chúa Trời, Đấng ban thưởng dư dật, sẽ ban vương miện chẳng hề tàn héo cho những kẻ được vào Thiên Đàng Thứ Nhất.

Còn những ai được vào Thiên Đàng Thứ Hai sẽ được ban cho vương miện gì?

Mặc dù chưa nên thánh trọn vẹn, song họ dâng vinh hiển lên Đức Chúa Trời qua việc hoàn thành bổn phận mình. Nhờ vậy, họ sẽ được ban cho vương miện vinh quang. Những ai làm gương bởi việc sống trung tín theo Lời Đức Chúa Trời, thì sẽ được ban cho vương miện vinh quang, như có nói trong 1 Peter 5:1-4:

> *Tôi gởi lời khuyên nhủ nầy cho các bậc Trưởng lão trong anh em, tôi đây cũng là trưởng lão như họ, là người chứng kiến sự đau đớn của Đấng Christ, và cũng có phần về sự vinh hiển sẽ hiện ra: hãy chăn bầy của Đức Chúa Trời đã giao phó cho anh em; làm việc đó chẳng bởi ép tình, bèn là bởi vui lòng, chẳng phải vì lợi dơ bẩn, bèn là hết lòng mà làm, chẳng phải quản trị phần trách nhiệm chia cho anh em, song để làm gương tốt cho cả bầy. Khi Đấng làm đầu các kẻ chăn chiên hiện ra, anh em sẽ được mão triều thiên vinh hiển, chẳng hề tàn héo.*

Nói rằng: "Mão triều thiên vinh hiển, chẳng hề tàn héo" là vì, mọi vương miện ở thiên đàng đều trường tồn, chẳng hề hư mất. Chúng ta có thể nhận biết rằng thiên đàng là một nơi hoàn hảo, ở đây mọi thứ đều trường tồn, đến nỗi một vương miện cũng chẳng hề tàn héo.

Hạng Người Nào Được Vào Thiên Đàng Thứ Hai?

Chung quanh Seoul, thành phố thủ đô của nước Cộng Hòa Nhân Dân Hàn Quốc, có nhiều thành phố vệ tinh, chung quanh những thành phố ấy là những thị trấn nhỏ. Cùng thể ấy, chung quanh Thiên Đàng Thứ Ba, nơi có Giêrusalem Mới, là Thiên Đàng Thứ Hai, Thiên Đàng Thứ Nhất, và Baradi.

Thiên Đàng Thứ Nhất là nơi dành cho những ai có tầm thước đức tin thứ hai, những kẻ cố gắng sống theo lời Chúa. Còn Thiên Đàng Thứ Hai dành cho ai? Những kẻ có tầm thước đức tin thứ ba, những người có thể sống theo lời Chúa sẽ được vào Thiên Đàng Thứ Hai. Chúng ta hãy nhìn xem những điều cụ thể của những người được vào Thiên Đàng Thứ Hai.

Thiên Đàng Thứ Hai: Nơi Dành Cho Những Ai Nên Thánh Trọn Vẹn

Nếu chúng ta sống theo lời Chúa và làm tròn bổn phận mình, chúng ta có thể vào Thiên Đàng Thứ Hai. Nhưng lòng chúng ta vẫn chưa hoàn toàn nên thánh.

Nếu chúng ta đẹp trai, thông minh, khôn ngoan, thì hẳn chúng ta cũng muốn con cái mình được vậy. Đức Chúa Trời là Đấng thánh khiết trọn vẹn, cũng muốn con cái thật của Ngài giống mình. Ngài muốn những kẻ yêu mến Ngài giữ các điều răn Ngài – vì yêu Ngài nên họ vâng giữ các điều răn Ngài, mà chẳng phải là vì trách nhiệm. Như nếu chúng ta thật lòng yêu thương ai, chúng ta có thể vượt qua những điều tưởng chừng như vô cùng khó khăn, nếu thật lòng yêu mến Chúa, Chúng ta có thể vâng giữ hết thảy mọi điều răn của Ngài.

Chúng ta có thể vâng phục mà chẳng đòi hỏi gì, chỉ biết vui

mừng và cảm tạ mà vâng giữ những gì Ngài khuyên bảo chúng ta nên vâng giữ, quăng xa những gì Ngài phán dặn chúng ta hãy quăng xa, chẳng làm điều Ngài cấm đoán, và làm theo những gì Ngài bảo chúng ta làm. Song những người ở tầm thước đức tin thứ ba không thể làm theo lời Chúa với lòng tạ ơn và niềm vui trọn vẹn vì cớ họ chưa đạt tới tầm thước của tình yêu thương nầy.

Kinh Thánh có nói đến những việc làm của xác thịt (Galati 5:19-21), và những thèm muốn của xác thịt (Rôma 8:5). Khi việc làm ra từ những ác tưởng trong lòng chúng, điều ấy gọi là công việc của xác thịt. Bản năng tội lỗi trong lòng chúng ta khi chưa bày tỏ ra bên ngoài được gọi là những thèm khát của xác thịt.

Những người ở tầm thước đức tin thứ ba là những người đã đã quăng xa mọi công việc của xác thịt là những thứ được bày tỏ qua hành động bên ngoài, song những ước muốn của xác thịt vẫn còn trong lòng họ. Họ giữ những điều Chúa bảo họ vâng giữ, quăng xa những điều Chúa bảo quăng xa, chẳng phạm đến những điều Chúa cấm đoán, và làm theo những gì Chúa bảo làm. Song những ác tưởng trong lòng họ chưa được thanh tẩy hoàn toàn.

Như vậy, nếu chúng ta thực hiện bổn phận với tấm lòng chưa được nên thánh trọn vẹn, chúng ta có thể được vào Thiên Đàng Thứ Hai. "Nên thánh" là nói đến tình trạng quăng xa hết mọi thứ ác tưởng và chỉ còn lại sự nhân từ trong lòng.

Ví như chúng ta căm ghét một ai đó. Bấy giờ chúng ta nghe lời Chúa rằng, "Chớ căm ghét," rồi cố chẳng căm ghét người ấy nữa. Và hiện nay chúng ta không còn căm ghét người ấy nữa. Dầu vậy, nếu chúng ta thật sự chẳng yêu thương người ấy trong lòng, thì chúng ta vẫn chưa được nên thánh.

Bởi vậy, để tầm thước đức tin thứ ba phát triển thành tầm

thước đức tin thứ tư, việc cố gắng quăng xa tội lỗi cho đến chừng đổ huyết là yếu tố quyết định của vấn đề.

Người Ta Hoàn Thành Bổn Phận Bởi Ân Điển Của Đức Chúa Trời

Thiên Đàng Thứ Hai là nơi dành cho những ai chưa nên thánh trọn vẹn trong lòng, song hoàn thành được bổn phận Chúa giao. Chúng ta hãy suy nghĩ về những người được vào Thiên Đàng Thứ Hai qua việc nhìn vào những người đã qua đời trong lúc đang phục vụ trong Hội Thánh Manmin Joong-ang.

Bà cùng chồng đến với Hội Thánh Manmin Joong-ang năm Hội Thánh nầy được thành lập. Bà đã từng bị khốn khổ với một căn bệnh hiểm nghèo song đã được chữa lành sau khi tôi đặt tay cầu nguyện cho bà, và cả nhà bà đã trở lại tin Chúa. Họ trưởng thành trong đức tin, và trở thành một trưởng chấp sự, chồng bà là một trưởng lão, và con cái họ đã trở thành giáo sĩ, bà trở thành vợ mục sư, và là một giáo sĩ đáng tôn kính.

Song bà đã không quăng xa hết mọi tội lỗi và chẳng làm trọn bổn phận mình, nhưng nhờ ơn Chúa, bà đã ăn năn và hoàn thành tốt bổn phận, rồi qua đời. Đức Chúa Trời cho tôi biết rằng bà sẽ được ở Thiên Đàng Thứ Hai và ngài cho tôi được trò chuyện cùng bà qua tâm linh.

Khi đến thiên đàng, điều bà cảm thấy hối tiếc nhất là mình đã chưa quăng xa hết mọi tội lỗi để được nên thánh trọn vẹn, và rằng bà đã chẳng thật sự xưng nhận lòng biết ơn đối sự chữa lành mà người chăn dắt bà đã bằng tình yêu thương mà cầu nguyện cho.

Ngoài ra, bà cũng đã nghĩ rằng xét đến những gì bà làm được bởi đức tin, việc bà đã phụng sự Chúa ra sao, và những lời bà nói qua môi miệng mình, bà chỉ có thể được vào Thiên Đàng

Thứ Nhất. Tuy nhiên, khi chẳng còn sống trên đất được bao lâu, qua sự cầu nguyện bởi tình yêu thương của người dẫn dắt bà và những việc làm của bà đã khiến Chúa đẹp lòng, đức tin bà trở nên trưởng thành cách nhanh chóng, nhờ đó bà có thể được vào Thiên Đàng Thứ Hai.

Thực ra trước khi qua đời, đức tin bà lớn lên cách trông thấy. Bà chỉ tập trung dành thời gian cho việc cầu nguyện và phân phát bản tin của hội thánh đến những người xóm giềng. Bà không quan tâm đến bản thân mình mà chỉ trung tín trong công việc Chúa.

Bà nói với tôi về ngôi nhà ở thiên đàng của mình, mà rằng mặc dù là một ngôi nhà đơn tầng nhưng rất xinh đẹp, nó được trang hoàng với nhiều loại hoa và cây cối tuyệt vời, nó rộng lớn và tráng lệ đến nỗi đây là lần đầu tiên bà biết đến mộ ngôi nhà như vậy.

Đương nhiên, nếu so với nhà cửa ở Thiên Đàng Thứ Ba hay Giêrusalem Mới, thì nó chỉ như một ngôi nhà mái lá, song bà rất biết ơn và thỏa lòng vì mình chẳng xứng đáng để nhận được nó. Bà muốn chuyển đến gia đình mình lời nhắn nhủ sau đây hầu cho họ được vào Giêrusalem Mới.

"Thiên đàng được phân chia cách chính xác. Vinh quang và sự sáng của mỗi nơi cũng khác nhau, nên tôi nài khuyên và khích lệ họ hãy cố gắng không ngừng để được vào Giêrusalem Mới. Tôi muốn nói cùng người nhà tôi, những người hiện còn ở trên đất, rằng khi gặp Đức Chúa Cha trên thiên đàng, thì việc chưa quăng hết mọi tội lỗi là một điều xấu hổ vô cùng. Những phần thưởng và nhà cửa tráng lệ, uy nghi đang chờ đợi những ai được vào Giêrusalem Mới, điều mà ai cũng sẽ ao ước, vậy tôi muốn gởi lời nhắn nhủ đến hết thảy người thân của tôi hầu cho họ sẽ quăng xa hết mọi tội lỗi để được vào miền vinh quang của Giêrusalem

Mới."

Vậy, chúng ta hãy nhận biết rằng việc thánh hóa lòng mình, có đời sống tận hiến cho nước thiên đàng và sự công chính của Đức Chúa Trời với hy vọng về thiên đàng, để chúng ta vững vàng tiến về Giêrusalem Mới, là điều vô cùng quý báu và đáng giá.

Một Con Người Trung Tín Song Vì Cớ Sự Công Bình Riêng Nên Đã Phạm Đến Điều Bất Tuân

Chúng ta hãy nhìn vào một trường hợp khác của một người yêu mến Chúa và trung tín trong bổn phận mình, song không thể được vào Thiên Đàng Thứ Ba vì một số dị biệt trong đức tin của mình.

Bà đến với Hội Thánh Manmin Joong-ang vì một căn bệnh bệnh của chồng mình, và đã trở nên một thành viên năng nổ. Chồng bà được đưa đến trên một chiếc cáng, sau khi được cầu nguyện chữa lành, ông đứng dậy và bước đi. Bà vô cùng biết ơn và vui mừng. Bà luôn cảm tạ Chúa về ơn chữa lành đó và người mục sư đã cầu nguyện bởi tình yêu thương. Lòng bà luôn tràn đầy niềm vui và cảm tạ. Bà cầu nguyện cho vương quốc Đức Chúa Trời, với lòng biết ơn bà đã cầu nguyện mọi lúc, mọi nơi, cho dù bất kỳ ở đâu và làm gì, bà đều dâng lời cầu nguyện bày tỏ lòng biết ơn với người đã dẫn dắt mình.

Ngoài ra, vì tình yêu đối với anh chị em trong Chúa, bà đã yên ủi người khác hơn những gì mình đã nhận được, bà khích lệ, động viên và chăm sóc các tin hữu khác. Bà chỉ muốn sống theo lời Chúa, cố gắng đem hết mọi tội lỗi đến chân thập tự là nơi Chúa đã đổ huyết. Bà chẳng màng đến của cải ở thế gian, song chỉ chú tâm đến việc rao truyền phúc âm cứu rỗi đến với những người xóm giềng.

Trước sự trung tín của bà đối với vương quốc Đức Chúa Trời, lòng tôi được Thánh Linh cảm động, tôi đã yêu cầu bà giúp đỡ Hội Thánh chúng tôi. Tôi đã nghĩ rằng nếu bà thực hiện bổn phận cách trung tín, thì hết thảy người nhà kể cả chồng bà cũng sẽ có đức tin tốt.

Dầu vậy, bà đã không làm theo vì cớ nhìn vào hoàn cảnh của mình và đã bị những ý tưởng xác thịt làm hư hại. Không lâu sau đó bà qua đời. Tôi rất đau lòng, trong khi đang cầu nguyện với Chúa, tôi có thể nghe được sự xưng nhận của bà qua cuộc thông công thuộc linh.

"Cho dù tôi có ăn năn về việc đã không nghe theo mục sư mình đến đâu chăng nữa, thì thời gian cũng không thể quay ngược trở lại. Nên tôi chỉ biết cầu nguyện thật nhiều cho vương quốc Đức Chúa Trời và cho mục sư tôi. Một điều tôi phải nói cùng anh chị em yêu dấu của tôi rằng, những gì mà mục sư nhân danh mà công bố, thì đó là ý muốn của Đức Chúa Trời. Bất tuân ý Chúa, cũng như nóng giận đều là trọng tội. Vì cớ sự nầy mà người ta phải đối diện với khó khăn thử thách, tôi đã được tán dương về đức tính không nóng giận, nhưng với tấm lòng khiêm nhường và cố gắng vâng theo với tấm lòng trọn vẹn. Tôi đã trở thành người thổi kèn trompet của Chúa. Ngày tôi sẽ được tiếp đón anh chị em đang đến gần rồi. Tôi tha thiết hy vọng rằng anh chị em yêu dấu tôi sẽ có một tâm thần trong sáng và chẳng thiếu một điều gì, hầu cho họ sẽ luôn trông mong đến ngày nầy."

Bà đã thú nhận với tôi nhiều hơn những điều ấy, và cho tôi biết về lý do bà không được vào Thiên Đàng Thứ Ba là vì tội bất tuân.

"Cho đến khi về thiên đàng, tôi đã đôi lần bất tuân. Đôi khi tôi nói 'Không' đương lúc lắng nghe sứ điệp. Tôi đã không làm trọn bổn phận mình. Vì nghĩ rằng chờ khi hoàn cảnh khá hơn, tôi sẽ thực hiện bổn phận, tôi đã cậy vào các ý tưởng xác thịt. Ấy là điều sai lầm lớn trước mặt Đức Chúa Trời."

Bà cũng nói rằng mình đã đem lòng ghen tị với những giáo sĩ và những người có trách nhiệm chăm lo công việc tài chánh, vì nghĩ rằng phần thưởng của họ ở thiên đàng thật quá lớn. Song, khi vào nước thiên đàng rồi thì mọi thứ không phải như vậy.

"Chỉ những ai làm theo lời Chúa thì sẽ nhận được phần thưởng và phước hạnh lớn. Nếu người lãnh đạo phạm sai lầm thì nặng tội hơn tín đồ. Họ phải cầu nguyện nhiều hơn. Người lãnh đạo càng phải trung tín hơn. Họ phải dạy dỗ tốt hơn. Họ phải có khả năng nhận thức rõ ràng. Bởi vậy, một trong bốn sách phúc âm có lời chép về một kẻ mù dẫn đường một kẻ mù khác. Ý nghĩa lời dạy dỗ rằng 'Chớ để trong vòng các ngươi có lắm kẻ trở thành thầy dạy đạo.' Người ta sẽ được phước khi họ nỗ lực hết mình trong chính vị trí của mình. Hiện nay, thì giờ chúng ta sẽ gặp nhau với tư cách là con cái Đức Chúa Trời tại vương quốc vĩnh hằng đang đến gần. Vậy, chúng ta hãy quăng xa mọi công việc của xác thịt, trở nên công chính, và hãy xứng đáng là tân nương của Chúa, chẳng hề hổ thẹn khi đến trước mặt Đức Chúa Trời."

Thế thì, chúng ta hãy nhận biết rằng việc vâng phục chẳng phải bởi trách nhiệm, mà bèn là vui lòng với tình yêu mến Đức Chúa Trời, và bởi tấm lòng trong trắng của chúng ta, đó là điều rất quan trọng. Vả lại, chúng ta cũng chẳng nên làm một thành viên đơn thuần của hội thánh, nhưng hãy nhìn vào chính bản thân mình để biết rằng nếu ngay lúc nầy Đức Chúa Trời gọi linh hồn chúng ta lại, thì mình sẽ được vào nơi nào ở thiên đàng.

Chúng ta hãy cố giữ lòng trung tín trong mọi nhiệm vụ và sống theo lời Chúa, hầu cho chúng ta được nên thánh trọn vẹn và những phẩm hạnh cần thiết cho việc được vào Giêrusalem Mới.

1 Côrinhtô 15:41 cho chúng ta biết rằng vinh quang mà mỗi người nhận được ở thiên đàng là khác nhau, *"Vinh quang của mặt trời khác, vinh quang của mặt trăng khác, vinh quang của ngôi sao khác, vinh quang của ngôi sao nầy với ngôi sao kia cũng khác."*

Hết thảy những ai được cứu đều sẽ được vui hửng sự sống đời đời trên thiên đàng. Song, một số thì vào Barađi, trong khi những kẻ khác thì được vào Giêrusalem Mới, tất cả đều tùy vào lượng đức tin. Và sự vinh quang của mỗi người cũng có sự khác biệt đến khó tả.

Vậy nên, trong danh Chúa tôi dâng lời cầu nguyện rằng chúng ta sẽ không chỉ dừng lại ở đức tin vừa đủ được cứu, mà bèn là như người nông dân kia bán hết tài sản mình để mua đám ruộng có chứa châu báu đặng đào tìm của báu đó, sống theo lời Chúa cách trọn vẹn, và quăng xa hết mọi thứ tội lỗi hầu cho chúng ta có thể được vào Giêrusalem Mới và được ở trong miền sự quang rực sáng như mặt trời nơi thiên quốc.

Chương 9

Thiên Đàng Thứ Ba

Phước cho người chịu đựng thử thách; vì lúc đã chịu nổi thử thách rồi, thì sẽ lãnh mão triều thiên của sự sống mà Đức Chúa Trời đã hứa cho kẻ kính mến Ngài.

- Giacơ 1:12

Đức Chúa Trời là Thần, Ngài là thiện lành, sự sáng, và chính là tình yêu. Vậy nên Ngài muốn con cái mình loại bỏ hết mọi tội lỗi. Chúa Jêsus đã đến thế gian trong hình thể loài người, song ở nơi Ngài chẳng hề có một điều xấu nào vì chính Ngài là Đức Chúa Trời. Vậy chúng ta phải trở thành một con người như thế nào để xứng đáng là một tân nương là kẻ sẽ tiếp đón Chúa?

Để trở con cái thật của Đức Chúa Trời và là tân nương của Chúa là kẻ sẽ được chia sẻ tình yêu đời đời với Đức Chúa Trời, chúng ta phải có một tấm lòng thánh khiết như chính tấm lòng của Ngài và thanh tẩy chính mình bằng cách quăng xa mọi thứ tội lỗi.

Thiên Đàng Thứ Ba, là nơi dành cho những ai có tấm lòng giống tấm lòng của Đức Chúa Trời, là nơi khác xa với Thiên Đàng Thứ Hai. Vì Đức Chúa Trời rất ghét sự gian ác và yêu mến sự thiện lành, nên Ngài đối đãi với con cái Ngài, là những kẻ đã nên thánh một cách hết sức đặc biệt. Vậy, Thiên Đàng Thứ Ba là nơi như thế nào, và chúng ta phải yêu mến Chúa đến mực nào thì sẽ được vào nơi nầy?

Mỗi Con Cái Đức Chúa Trời Đều Được Các Thiên Sứ Phục Vụ

Nhà cửa ở Thiên Đàng Thứ Ba thì tráng lệ và lộng lẫy hơn nhiều so với những ngôi nhà đơn tầng ở Thiên Đàng Thứ Hai, và điều nầy thậm chí không thể so sánh được. Chúng được trang hoàng với đủ thứ châu ngọc và không thiếu một loại tiện nghi nào mà người chủ muốn có.

Hơn nữa, kể từ Thiên Đàng Thứ Ba trở lên, mỗi người đều được ban cho thiên sứ để giúp đỡ, chúng sẽ yêu thương, quý mến và luôn mang đến cho chủ những gì tốt đẹp nhất.

Các Thiên Sứ Giúp Việc Cho Từng Người

Như có chép trong Hêbơrơ 1:14, *"Các thiên sứ há chẳng phải đều là thần hầu việc Đức Chúa Trời, đã được sai xuống để giúp việc những người sẽ hưởng cơ nghiệp cứu rỗi hay sao?"* Các thiên sứ chỉ đơn thuần là những vị thần. Chúng có hình dạng con người, là những tạo vật của Đức Chúa Trời, song chẳng phải là con người bằng xương bằng thịt, cũng chẳng có cưới gả, hay sự chết. Chúng không có nhân cách như con người, song sự hiểu biết và năng lực của chúng thì lớn hơn con người rất nhiều (2 Peter 2:11).

Như Hêbơrơ 12:22 có nói đến muôn vàn thiên sứ, ở thiên đàng có vô số những thiên sứ. Đức Chúa Trời đã lập nên trật tự và thứ bậc trong giữa những thiên sứ, giao phó cho chúng những nhiệm vụ khác nhau, và tùy theo nhiệm vụ mà chúng được ban cho những thẩm quyền khác nhau.

Vậy có sự khác nhau trong giữa những thiên thần, như thiên sứ, thiên binh, và thiên sứ trưởng. Chẳng hạn như, Gápriên phục vụ với tư cách là một viên chức dân sự, sẽ đến loan báo cho chúng ta về sự nhậm lời cầu nguyện của mình, hay những kế hoạch của Chúa cùng những khải thị (Đaniên 9:21-23; Luca 1:19, 1:26-27). Thiên sứ trưởng Michên, kẻ giống như sĩ quan quân đội, là kẻ thừa hành nhiệm vụ của đội thiên binh. Thiên sứ nầy chỉ huy các trận chiến chống lại những ác linh, và đôi khi trực tiếp phá hủy phòng tuyến của quyền lực tối tăm (Đaniên 10:13-14, 10:21; Giuđe 1:9; Khải Huyền 12:7-8).

Trong số những thiên sứ nầy, có những thiên sứ giúp việc riêng cho chủ. Ở Barađi, Thiên Đàng Thứ Nhất, Thiên Đàng Thứ Hai, có những thiên sứ thỉnh thoảng đến giúp đỡ cho con cái Đức Chúa Trời, song chẳng có thiên sứ giúp việc riêng cho chủ. Chỉ có những thiên sứ trông nom các bãi cỏ, các đường hoa, hay các tiện nghi công cộng, để đảm bảo rằng chúng chẳng gặp một bất lợi nào, và có những thiên sứ loan báo sứ điệp của Đức Chúa Trời.

Tuy nhiên, đối với những người ở Thiên Đàng Thứ Ba và Giêrusalem Mới, thì được ban cho các thiên sứ giúp việc riêng vì lòng yêu mến Chúa của họ đã khiến Ngài rất hài lòng. Số lượng thiên sứ được ban cho cũng khác nhau, tùy theo mức độ mà người ta trở nên giống Chúa và khiến Ngài đẹp lòng bởi sự vâng phục.

Nếu có một biệt thự lớn ở Giêrusalem Mới, chúng ta sẽ được ban cho vô vàn thiên sứ vì điều nầy có nghĩa rằng người chủ đó đã có tấm lòng giống Chúa, đã đưa dẫn rất nhiều người đến với sự cứu rỗi. Sẽ có những thiên sứ lo việc nhà, một số thiên sứ trông nom các tiện nghi và những thứ được ban cho làm phần thưởng, những thiên sứ khác giúp đỡ công việc riêng cho chủ. Ở đây có rất nhiều thiên sứ.

Khi vào Thiên Đàng Thứ Ba, chúng ta còn được ban cho các thiên sứ chăm lo việc nhà cửa, và các thiên sứ giúp đỡ, hướng dẫn khách đến thăm. Vào được nơi nầy, chúng ta sẽ hết lòng cảm tạ Chúa vì Ngài sẽ cho chúng ta cai trị đời đời cùng các thiên sứ mà Ngài sẽ ban cho để làm phần thưởng đời đời sẽ luôn bên cạnh và giúp đỡ chúng ta.

Tư Thất Tráng Lệ Và Cao Tầng

Nhà cửa ở Thiên Đàng Thứ Ba được trang hoàng với những bông hoa xinh đẹp cùng những cây cối có những hương thơm kỳ diệu, có những ngôi vườn và ao hồ. Trong những ao hồ có rất nhiều cá, con người có thể trò chuyện và chia sẻ tình cảm với chúng. Cũng có những thiên sứ chơi những bản nhạc ngọt ngào hoặc có những người cùng chúng ngợi khen Đức Chúa Cha.

Chẳng như ở Thiên Đàng Thứ Hai, là nơi mà con người chỉ được phép sở hữu một thứ duy nhất mà họ ưa thích, ở Thiên Đàng Thứ Ba người ta có thể sở hữu mọi thứ tùy theo ý muốn của mình, như sân gôn, bể bơi, ao hồ, hành lang để dạo bộ, phòng khiêu vũ, v.v. Vậy nên, họ không phải sang nhà hàng xóm để vui hưởng những thứ mình không có, và có thể vui hưởng bất cứ thứ gì mình muốn.

Nhà cửa ở Thiên Đàng Thứ Ba là những biệt thự nhiều tầng, tráng lệ, uy nghi, và rộng lớn. Chúng được trang hoàng xinh đẹp đến nỗi không một nhà tỉ phú nào ở thế gian có thể bắt chước được.

Bởi phương diện nầy, không một ngôi nhà nào ở Thiên Đàng Thứ Ba có bảng để tên trước cửa. Song người ta vẫn có thể nhận biết được chủ nhân của nó qua hương thơm đặc biệt nói lên tấm lòng trong sạch và thiện lành của chủ nhân được tỏa ra từ chính ngôi nhà đó.

Nhà cửa ở Thiên Đàng Thứ Ba có những hương thơm và hào quang khác nhau. Chủ nhà càng có tấm lòng giống Chúa bao nhiêu, thì càng có hương thơm hơn và hào quang càng rực rỡ hơn.

Ngoài ra, ở Thiên Đàng Thứ Ba, chúng ta cũng được ban cho những con vật yêu thương, chúng xinh đẹp, khôn ngoan, và đáng yêu hơn những con vật ở Thiên Đàng Thứ Nhất và Thiên Đàng Thứ Hai. Hơn nữa, có những xe ô tô bằng mây được ban cho làm của chung, và người ta có thể thỏa thích đi khắp nơi trên thiên đàng vô biên bất tận.

Như những gì chúng ta được biết về Thiên Đàng Thứ Ba, ở đây người ta có thể vui hưởng mọi thứ theo ý muốn của mình. Quả thật, cuộc sống ở Thiên Đàng Thứ Ba vượt quá sự hiểu biết của chúng ta.

Vương Miện (Mão Triều Thiên) Sự Sống

Trong Khải Huyền 2:10, có hứa ngôn về "mão triều thiên sự sống" sẽ được ban cho những kẻ giữ lòng trung tín cho đến chết vì cơ nghiệp vương quốc của Đức Chúa Trời.

> *Ngươi chớ ngại điều mình sẽ chịu khổ. Nầy, ma quỉ sẽ quăng nhiều kẻ trong các ngươi vào ngục, hầu cho các ngươi bị thử thách; các ngươi sẽ bị hoạn nạn trong mười ngày. Khá giữ lòng trung tín cho đến chết, rồi ta sẽ ban cho ngươi mão triều thiên của sự sống.*

Thành ngữ "Khá giữ lòng trung tín cho đến chết" không chỉ nói đến sự trung tín của kẻ có đức tin sẵn sàng tử đạo, mà còn không thỏa hiệp với thế gian để trở nên thánh khiết trọn vẹn qua việc quăng xa mọi thứ tội lỗi cho đến đổ huyết. Đức Chúa Trời sẽ ban mão triều thiên sự sống làm phần thưởng cho những ai được vào Thiên Đàng Thứ Ba vì họ đã giữ lòng trung tín cho đến chết và đã thắng mọi gian nan thử thách (Giacơ 1:12).

Khi có người ở Thiên Đàng Thứ Ba đến thăm Giêrusalem Mới, họ đặt một dấu tròn bên phải của mão triều thiên sự sống. Khi người ở Barađi, Thiên Đàng Thứ Nhất, Thiên Đàng Thứ Hai đến thăm Giêrusalem Mới, họ làm một dấu bên ngực trái. Bởi cách nầy chúng ta có thể nhận thấy vinh quang của những người ở Thiên Đàng Thứ Ba là vinh quang khác biệt.

Tuy nhiên, những người ở Giêrusalem Mới được Đức Chúa Trời quan tâm đặc biệt, do vậy họ không cần dấu để phân biệt mình. Họ được đối đãi cách rất đặc biệt với tư cách là con cái thật của Đức Chúa Trời.

Nhà Cửa ở Giêrusalem Mới

Nhà cửa ở Thiên Đàng Thứ Ba hoàn toàn khác với nhà cửa ở Giêrusalem Mới về tầm thước, vẻ đẹp, và sự vinh quang.

Trước hết, nếu nói rằng kích thước ngôi nhà nhỏ nhất ở Giêrusalem Mới là 100, thì ngôi nhà nhỏ nhất ở Thiên Đàng Thứ Ba là 60. Ví dụ, nếu ngôi nhà nhỏ nhất ở Giêrusalem Mới là 100.000 feet vuông, thì ngôi nhà nhỏ nhất ở Thiên Đàng Thứ Ba sẽ là 60.000 feet vuông.

Tuy nhiên, kích thước của những tư thất là rất đa dạng vì nó hoàn toàn tùy vào công khó mà người chủ của nó đã bỏ ra với kết quả con số linh hồn được cứu rỗi và công khó của họ trong việc xây dựng hội thánh Đức Chúa Trời. Như Chúa Jêsus có nói trong Mathiơ 5:5, *"Phước cho những kẻ nhu mì, vì sẽ hưởng được đất,"* tùy vào số lượng linh hồn mà người chủ nhà ấy đưa về thiên đàng với tấm lòng nhu mì, mà kích thước của ngôi nhà mà người ấy ở sẽ được đoán định.

Như vậy, ở Thiên Đàng Thứ Ba và Giêrusalem Mới, có rất nhiều ngôi nhà trên mười ngàn feet vuông, song cho dù là một ngôi nhà lớn nhất ở Thiên Đàng Thứ Ba, thì cũng nhỏ hơn rất nhiều so nhà cửa ở Giêrusalem Mới. Thêm vào đó là kích thước, hình dáng, vẻ đẹp, và châu ngọc dùng cho việc trang trí cũng rất khác biệt.

Ở Giêrusalem Mới, không những chỉ có mười hai nền bằng châu ngọc, mà còn có nhiều châu ngọc xinh đẹp khác. Có những châu ngọc to lớn và màu sắc xinh đẹp vượt quá sức suy tưởng. Có nhiều loại châu ngọc đến nỗi chúng ta không thể kể hết tên chúng được, trong số chúng, có những loại chiếu sáng gấp hai hoặc ba lần những chiếc bóng đèn đện cao áp.

Đương nhiên, ở Thiên Đàng Thứ Ba có rất nhiều châu ngọc. Song chúng không thể sách với châu ngọc ở Giêrusalem Mới. Ở Thiên Đàng Thứ Ba, không có châu ngọc nào chiếu sáng như ở Giêrusalem Mới. Châu ngọc ở Thiên Đàng Thứ Ba tỏa sáng đẹp hơn so với châu ngọc ở Thiên Đàng Thứ Nhất và Thiên Đàng Thứ Hai, song chỉ là những châu ngọc đơn giản, và ngay cả khi cùng một loại thì châu ngọc ở Giêrusalem Mới vẫn xinh đẹp hơn.

Bởi vậy con người ở Thiên Đàng Thứ Ba, ở bên ngoài Giêrusalem Mới là nơi tràn ngập vinh quang Đức Chúa Trời, nhìn vào nó và ước muốn được sống đời đời ở đây.

> "Giá như tôi đã cố gắng nhiều hơn một chút và
> trung tín hơn trong cả nhà Chúa..."
> "Giá như Cha Thánh gọi tôi thêm một lần nữa..."
> "Giá như tôi được mời gọi thêm một lần nữa..."

Sự vui sướng và vẻ xinh đẹp ở Thiên Đàng Thứ Ba là những gì vượt quá sự suy tưởng, song chúng không thể sánh được với những sự ấy ở Giêrusalem Mới.

Thiên Đàng Thứ Ba Là Nơi Dành Cho Hạng Người Nào?

Khi mở lòng tiếp nhận Chúa Jêsus làm Cứu Chúa của chính mình, Đức Thánh Linh sẽ đến và dạy chúng ta biết về tội lỗi, sự công chính, và sự phán xét, và cũng cho ta nhận biết về lẽ thật. Khi chúng ta làm theo lời Đức Chúa Trời, quăng xa mọi tội lỗi và nên thánh, khi ấy linh hồn chúng ta được thạnh vượng – đứng vào tầm thước đức tin thứ tư.

Những ai đạt tới tầm thước đức tin thứ tư, là những người yêu mến Chúa hết lòng và Chúa cũng yêu mến họ, và đây là những người được vào Thiên Đàng Thứ Ba. Vậy, thật ra Thiên Đàng Thứ Ba được dành cho những ai?

Được Nên Thánh Qua Việc Quăng Xa Mọi Thứ Tội Lỗi

Trong thời Cựu Ước, người ta chưa được nhận lãnh Đức Thánh Linh. Do đó họ không thể quăng xa hết mọi tội lỗi bằng chính sức riêng của mình. Ấy vậy họ đã thực hiện nghi thức cắt bì trên thân thể mình, và trừ phi tội lỗi được thể hiện qua hành động, thì họ vẫn được xem là vô tội. Thậm chí có người hun đúc một ý tưởng giết người, thì người ấy vẫn được xem là vô tội cho đến chừng nào ý tưởng ấy vẫn chưa bày tỏ qua hành động. Chỉ khi nào tư tưởng ấy được thể hiện qua hành động thì người ấy mới bị xem là phạm tội.

Song, trong thời Tân Ước, khi tin nhận Chúa Jêsus Christ,

Đức Thánh Linh sẽ ngự vào lòng chúng ta. Trừ khi lòng chúng ta trở nên thánh khiết, chúng ta không được vào Thiên Đàng Thứ Ba. Ấy là vì chúng ta có thể cắt bì lòng mình nhờ có sự vùa giúp của Đức Thánh Linh.

Vậy nên, chúng ta có thể vào Thiên Đàng Thứ Ba chỉ khi chúng ta quăng xa hết mọi thứ tội lỗi như thù hận, ngoại tình, tham lam và những thứ tương tự, để được nên thánh. Như vậy, hạng người nào có thể trở nên thánh khiết? Đó là người có tình yêu thánh thiện như có nói đến trong 1 Côrinhtô 13, chín bông trái Thánh Linh trong Galati 5, và những phước lành trong Mathiơ 5, và là người có sự thánh khiết giống Chúa.

Đương nhiên không có nghĩa rằng những người nầy có cùng tầm vóc với Chúa. Loài người có quăng xa tội lỗi và nên thánh như thế nào chăng nữa, thì tầm vóc của họ cũng sẽ khác xa với Đức Chúa Trời, Ngài là nguyên ủy của sự sáng.

Bởi đó, để thanh tẩy lòng mình, trước hết chúng ta phải chuẩn bị sẵn sàng. Nói cách khác, chúng ta phải làm cho lòng mình trở thành một mảnh đất tốt bằng cách không làm những điều Kinh Thánh bảo chớ nên làm, quăng xa những gì Kinh Thánh khuyên bảo chúng ta hãy quăng xa. Chỉ khi đó, chúng ta sẽ có thể có những bông trái tốt khi những hạt giống ấy được gieo ra. Như người nông dân sau khi làm đất sạch rồi thì đem giống ra gieo, những hạt giống được gieo trong chúng ta sẽ nảy mầm, đâm chồi rồi ra hoa và kết trái sau khi làm những gì Chúa bảo chúng ta làm và vâng giữ những gì Ngài bảo chúng ta vâng giữ.

Thế thì, sự nên thánh là nói đến tình trạng khi một người được thanh tẩy hết những nguyên tội và kỷ tội nhờ công việc của Đức Thánh Linh sau khi người ấy được tái sanh bởi nước và Đức Thánh Linh qua việc tin vào quyền năng cứu chuộc của Chúa

Jêsus Christ. Được tha tội nhờ việc tin vào quyền huyết của Ngài, điều nầy khác với việc quăng xa bản tính tội lỗi trong con người chúng ta với sự vùa giúp của Đức Thánh Linh qua việc sốt sắng cầu nguyện và từng hồi, từng lúc với sự kiêng ăn.

Tin nhận Chúa Jêsus Christ và trở nên con cái của Đức Chúa Trời không có nghĩa rằng tội lỗi trong lòng chúng ta được cất bỏ hoàn toàn. Chúng ta vẫn còn có những điều xấu xa như thù ghét, kiêu ngạo, bởi cớ đó nên tiến trình nhận biết điều ác qua việc lắng nghe lời Chúa và tranh chiến với chúng cho đến đổ huyết, ấy là việc mang tính sống còn (Hêbơrơ 12:4).

Đây là cách mà chúng ta quăng xa công việc của xác thịt và thúc đẩy tiến trình nên thánh. Chúng ta vứt bỏ không những công việc của xác thịt mà còn cả những thèm khát của nó trong lòng chúng ta, đó là tầm thước thứ tư của đức tin, điều kiện để được nên thánh.

Tại Sao Đức Chúa Trời Cho Phép Thử Thách Khốc Liệt Xảy Đến Với Gióp?

Qua Giacơ 1:12, chúng ta có thể thấy rằng Đức Chúa Trời đôi khi cho phép thử thách xảy đến và dẫn dắt chúng ta làm trọn sự nên thánh.

Phước cho người chịu đựng thử thách; vì lúc đã chịu nổi sự thử thách rồi, thì sẽ lãnh mão triều thiên của sự sống mà Đức Chúa Trời đã hứa cho kẻ kính mến Ngài.

Trong thời Cựu Ước, Gióp là một người công chính được Đức Chúa Trời thừa nhận là người trọn vẹn và ngay thẳng, kính sợ Đức Chúa Trời và lánh khỏi điều ác (Gióp 1:1).

Ngày nọ, ông chạm tráng một thử thách. Ông bị mất hết con

cái và tài sản. Dẫu vậy, ông chẳng hề ta thán, mà chỉ cảm tạ và tôn vinh Đức Chúa Trời.

Song, khi thử thách đó cứ kéo dài, ông bắt đầu oán trách Chúa, mà rằng, "Tôi là người công chính và kính sợ Đức Chúa Trời. Cớ sao Ngài trao cho tôi nỗi đau đớn dường nầy?"

Tại sao Đức Chúa Trời đã cho phép hoạn nạn xảy đến với Gióp, người được cho là công chính? Như một người thợ thủ công mỹ nghệ muốn cho món đồ châu ngọc của mình được hoàn hảo và thuần khiết, Đức Chúa Trời muốn dùng thử thách nầy để nhào nặn Gióp trở thành một chiếc bình xinh đẹp hơn.

Ngay cả một người trọn vẹn và ngay thẳng như Gióp vẫn có tội lỗi trong bản năng của mình mà chính ông cũng không nhận biết. Vì vậy Đức Chúa Trời đã cho phép thử thách xảy đến hầu cho ông được nên thánh trọn vẹn. Sau khi được thừa nhận rồi, Ngài đã ban phước cho Gióp gấp hai lần những gì trước đây ông có.

Được Nên Thánh Chỉ Sau Khi Quăng Xa Hết Bản Năng Tội Lỗi

Vậy, bản năng tội lỗi của con người là gì? Chúng là những tội lưu truyền từ bố mẹ qua mần sự sống kể từ khi Ađam phạm tội bất tuân. Ví dụ, chúng ta có thể thấy một đứa bé, thậm chí chưa đầy một tuổi mà vẫn có sự ác trong đầu. Mặc dù người ta chưa hề dạy dỗ nó bất kỳ một điều ác nào như thù ghét hay đố kỵ, thế nhưng nó vẫn sẽ nổi giận và có những hành động không tốt khi nhìn thấy mẹ mình cho một đứa trẻ khác bú. Nó có thể xô đẩy đứa trẻ đó, và sẽ òa lên khóc, đầy giận dữ, nếu trẻ ấy cứ bám giữ lấy mẹ nó.

Như thế, lý do để một đứa bé bày tỏ những hành vi xấu, mặc dù nó chẳng hề được dạy cho một điều nào trước đó, ấy là vì tội lỗi đã tìm ẩn trong bản năng. Ngoài ra, những kỷ tội là tội do chính mình gây ra bằng hành động cụ thể theo những ham muốn tội lỗi trong lòng.

Dĩ nhiên, nếu chúng ta được thanh tẩy khỏi những nguyên tội, rõ ràng những tội lỗi do chính mình gây ra cũng sẽ được quăng xa vì tội lỗi đã được nhổ tận gốc rễ. Vậy việc tái sanh thuộc linh là khởi đầu của sự nên thánh, và sự nên thánh là trọn vẹn của sự tái sanh. Thế thì, nếu được tái sanh, tôi hy vọng chúng ta sẽ có một đời sống Cơ Đốc Nhân kết quả để làm trọn sự nên thánh.

Nếu chúng ta muốn được nên thánh và phục hồi hình ảnh bị mất của Đức Chúa Trời, và cố gắng hết mình, thì chúng ta sẽ có thể quăng xa hết mọi tội lỗi trong bản năng của chúng ta bởi ân điển và sức lực đến từ Đức Chúa Trời với sự vùa giúp của Đức Thánh Linh. Hy vọng rằng chúng ta sẽ có tấm lòng thánh thiện giống như tấm lòng của Chúa như chính lời khuyên giục Ngài dành cho chúng ta, *"Hãy nên thánh, vì ta là thánh."* (1 Phierơ 1:16).

Được Nên Thánh Song Chưa Trung Tín Trọn Vẹn Trong Cả Nhà Chúa

Đức Chúa Trời cho phép tôi có một cuộc trò chuyện thuộc linh với với một người đã qua đời, người có đủ phẩm cách để được vào Thiên Đàng Thứ Ba. Cổng ngõ nhà người ấy có hình vòng cung được trang hoàng bằng ngọc quý, và điều nầy là vì bà đã cầu nguyện rất nhiều với sự bền đỗ trong nước mắt cho vương quốc và sự công chính của Đức Chúa Trời, cho hội thánh, cho mục sư, cùng những thành viên trong hội thánh.

Trước khi tin nhận Chúa, bà nghèo đến nỗi chẳng hề có một tài sản nào đáng giá trong tay. Sau khi tin nhận Chúa, bà đã có thể đẩy nhanh sự nên thánh vì đã làm theo lẽ thật sau khi nhận biết nó qua việc lắng nghe lời Đức Chúa Trời.

Ngoài ra, bà đã có thể làm tốt bổn phận mình nhờ tiếp nhận nhiều sự dạy dỗ đến từ Chúa qua đầy tớ của Ngài, bà cũng đối xử rất tốt với mục sư quản nhiệm của mình. Nhờ đó, bà đã được vào một nơi sáng láng và vinh quang hơn trong Thiên Đàng Thứ Ba.

Hơn nữa, một món châu ngọc sáng ngời cũng được đặt vào cổng ngõ nhà bà. Món châu ngọc nầy được ban tặng cho bà về sự phục vụ mà bà dành cho mục sư mình khi còn sống trên đất. Bà lấy ra những châu ngọc của mình từ phòng khách, rồi đặt lên cổng nhà mình. Món châu ngọc nầy là một dấu để nhắc nhớ bà về người mục sư mà bà đã giúp đỡ khi còn trên đất nầy vì cớ bà không thể vào được Giêrusalem Mới, mặc dù khi còn ở thế gian bà đã giúp đỡ người rất nhiều. Vậy nên nhiều người trong Thiên Đàng Thứ Ba sẽ ao ước có được món châu ngọc nầy.

Dầu vậy, bà vẫn hối tiếc vì không thể vào được Giêrusalem Mới. Nếu đủ đức tin để vào nơi nầy, thì bà đã được ở cùng Chúa, người mục sư mà mình đã giúp đỡ trên đất, cùng những người đồng lao yêu dấu của hội thánh mình trong thời gian đến. Giá như khi còn trên đất có thêm chút đức tin nữa, thì bà có thể được vào Giêrusalem Mới, song vì sự bất tuân bà đã nhỡ cơ hội khi nó được trao đến cho mình.

Bấy giờ bà vô cùng biết ơn và cảm động sâu sắc về sự vinh hiển mình nhận được trong Thiên Đàng Thứ Ba và xưng nhận như sau: Bà chỉ biết cảm ơn về những phần thưởng quý giá mà mình đã nhận, chẳng có một phần thưởng nào mà bà đã có được bằng công sức riêng của mình.

"Mặc dù không được vào Giêrusalem Mới nơi tràn ngập vinh quang Đức Chúa Cha, dầu chưa được trọn vẹn trong mọi sự, song tôi đã có được nơi ở trong Thiên Đàng Thứ Ba xinh đẹp nầy. Nhà tôi ở đây thật to lớn và xinh đẹp. Cho dù so với nhà ở Giêrusalem

Mới thì không bằng, tôi đã được ban cho nhiều thứ kỳ diệu khác thường mà người thế gian thậm chí không thể hình dung được.

Tôi đã chẳng làm được gì. Tôi chẳng hiến dâng một thứ gì. Tôi chẳng làm được gì thật sự hữu ích. Và tôi cũng chẳng làm gì để Chúa vui lòng. Mặc dù sự vinh quang mà tôi có được tại nơi đây thật quá lớn lao đến nỗi tôi chỉ biết hối lỗi và cảm tạ. Tôi cũng dâng lời cảm tạ lên Đức Chúa Trời vì Ngài đã cho tôi một nơi vinh quang trong Thiên Đàng Thứ Ba."

Những Người Có Đức Tin Tử Đạo

Như một người yêu mến Chúa hết mực và nên thánh trong lòng thì được vào Thiên Đàng Thứ Ba, nếu chúng ta có đức tin tử đạo là đức tin sẵn sàng hy sinh mọi thứ, ngay cả mạng sống mình cho Đức Chúa Trời, thì chí ít cũng được vào Thiên Đàng Thứ Ba.

Thế hệ Cơ Đốc Nhân của những hội thánh đầu tiên là những người đã giữ lòng trung tín cho đến lúc bị chém đầu, bị làm mồi cho sư tử tại Hí Trường Rôma, hay bị thiêu đốt trong lửa hừng, sẽ được phần thưởng nơi thiên đàng dành cho người tử đạo. Dưới những sự đe dọa và bắt bớ tàn khốc như vậy thì việc trở thành một nhà tử đạo không phải dễ làm.

Chung quanh chúng ta, có rất nhiều người chẳng giữ ngày Chúa đặng làm nên ngày thánh, hoặc vì lòng tham tiền mà lơ là bổn phận được Chúa giao cho. Hạng người nầy là những người chẳng vâng theo dù chỉ là một việc nhỏ, thì chẳng thể nào giữ được đức tin trong những hoàn cảnh mà mạng sống họ bị đe dọa, càng không thể trở thành người tuẩn đạo.

Thế nào là người có đức tin tử đạo? Ấy là những người có lòng chánh trực và không dời đổi như Đaniên trong thời Cựu Ước. Song, những kẻ hai lòng, tìm kiếm lợi ích cho riêng mình, thỏa hiệp với thế gian, thì khó trở thành người tử đạo.

Những người thật sự có thể trở thành người tử đạo phải có tấm lòng không dời đổi như chính tấm lòng của Đaniên. Ông vẫn giữ sự công chính của đức tin dù biết rõ rằng mình sẽ phải bị ném vào hang sư tử. Ông vẫn giữ đức tin cho đến giây phút cuối cùng khi những kẻ độc ác quăng ông vào hang sư tử. Đaniên chẳng hề đi xa khỏi lẽ thật vì ông có tấm lòng trong sáng và thánh khiết.

Giống như Êtiên trong thời Tân Ước. Ông đã bị ném đá đến chết trong khi rao giảng phúc âm của Chúa. Êtiên cũng là một con người nên thánh, là người có thể cầu nguyện ngay cả cho kẻ ném đá mình mặc dù ông chẳng có tội gì. Vì vậy Đức Chúa Trời yêu mến ông biết bao! Ông sẽ được ở cùng Chúa đời đời nơi thiên đàng, vinh quang ông sẽ lớn lao biết dường nào. Vậy nên, chúng ta nên nhận biết rằng việc làm trọn sự công chính và thánh hóa trong lòng chúng ta là điều quan trọng hàng đầu.

Ngày nay, những người có đức tin thật là rất hiếm. Thậm chí Chúa Jêsus đã đặt câu hỏi rằng, *"Song, khi Con người đến, há sẽ thấy đức tin trên mặt đất chăng?"* (Luca 18:8) Đức Chúa Trời sẽ xem chúng ta như của quý báu biết dường bao nếu chúng ta trở thành con cái nên thánh của Ngài, mặc cho giữa thế gian đầy tội lỗi nầy, chúng ta vẫn giữ được đức tin, quăng xa mọi thứ tội lỗi!

Thế thì, trong danh Chúa tôi cầu nguyện hầu cho anh sẽ sốt sắng đẩy nhanh sự nên thánh của lòng mình, mong đợi phần thưởng mà Đức Chúa Cha sẽ ban cho chúng ta trên thiên đàng.

Chương 10

Giêrusalem Mới

*Tôi cũng thấy thành thánh, là Giêrusalem Mới,
từ trên trời, ở nơi Đức Chúa Trời mà xuống, sửa
soạn sẵn như một người vợ mới cưới trang sức
cho chồng mình.*

- Khải Huyền 21:2

Giêrusalem Mới, nơi đẹp nhất thiên đàng chìm trong vinh quang Đức Chúa Trời, là nơi có Ngai của Ngài ngự tọa, ở đây có những lâu đài của Chúa và của Đức Thánh Linh, cùng nhà cửa của những người đẹp lòng Chúa với tầm thước đức tin cao nhất.

Nhà cửa ở Giêrusalem Mới được trang hoàng cách xinh đẹp nhất theo như ý muốn của chủ nhân tương lai nó. Để vào được Giêrusalem Mới, nơi trong sáng và xinh đẹp như pha lê, để cùng chia sẻ tình yêu đời đời với Chúa, chúng ta không những phải có tấm lòng giống Chúa, mà còn làm trọn bổn phận theo gương Chúa Jêsus.

Vậy thì, Giêrusalem Mới là nơi như thế nào, hạng người nào sẽ được vào nơi nầy?

Con Người Sẽ Mặt Đối Mặt Với Chúa Tại Giêrusalem Mới

Giêrusalem Mới, cũng được gọi là Thành Thánh trên trời, rất xinh đẹp như người vợ mới cưới trang sức cho chồng mình. Con người ở đây có đặc ân được gặp Chúa mặt đối mặt vì Ngai của Ngài ở tại nơi nầy.

Giêrusalem Mới cũng được gọi là "thành vinh quang" vì chúng ta sẽ đón nhận vinh quang Đức Chúa Trời tại đây cho đến đời đời khi chúng ta được vào nơi nầy. Vách thành được làm bằng cẩm thạch, còn thành thì được xây bằng vàng ròng, trong suốt như thủy tinh. Thành có ba cổng ngó về bốn hướng – đông, bắc, tây, nam, tại mỗi cổng đều có thiên sứ canh gác. Mười hai nền của thành được làm từ những loại châu ngọc khác nhau.

Mười Hai Cổng Bằng Ngọc Quý ở Giêrusalem Mới

Tại sao mười hai cổng của Giêrusalem Mới được làm bằng ngọc quý? Một con trai phải trải qua một thời gian dài để sử dụng hết những tinh túy của nó để tạo nên một viên ngọc. Tương tự như vậy, chúng ta phải quăng xa hết tội lỗi, tranh chiến với chúng cho đến đổ huyết và trung tín cho đến cuối cùng trong sự bền đỗ và giữ mình. Đức Chúa Trời đã làm các cổng bằng ngọc quý vì chúng ta phải thắng hơn hoàn cảnh với sự vui mừng mà làm trọn bổn phận được Chúa giao, cho dù chúng ta đang đi trên con đường hẹp.

Vì vậy khi một người được vào Giêrusalem Mới, người ấy đi qua cổng được làm bằng ngọc quý, nước mắt tuôn tràn, lòng đầy vui mừng và hồi hộp. Người ấy sẽ dâng lời tạ ơn không kể xiết và tôn vinh Đức Chúa Trời, Đấng đã dẫn dắt họ vào Giêrusalem Mới.

Vả lại, lý do mà Đức Chúa Trời đã làm mười hai nền bằng mười hai loại châu ngọc là gì? Ấy là vì sự liên kết trọng thể của mười hai loại châu ngọc đó là tấm lòng của Chúa và Đức Chúa Cha.

Bởi vậy, chúng ta hãy nhận biết ý nghĩa thuộc linh của mỗi loại châu ngọc và làm trọn ý nghĩa thuộc linh đó trong lòng chúng ta để được vào Giêrusalem Mới. Chúng ta sẽ biết về những ý nghĩa nầy nhiều hơn trong *Thiên Đàng II: Tràn ngập Vinh Quang Đức Chúa Trời.*

Nhà cửa ở Giêrusalem Mới Hoàn Hảo Trong Sự Hài Hòa Và Đa Dạng

Về kích thước và sự tráng lệ, nhà cửa ở Giêrusalem Mới trông giống những tòa lâu đài. Mỗi một cá thể ở đây có tính độc đáo tùy theo sở thích của chủ nhân nó, và hoàn hảo trong sự hài hòa và đa dạng. Ngoài ra, nhiều màu sắc và ánh sáng khác nhau phát ra từ những châu ngọc đó khiến chúng ta cảm nhận một vẻ đẹp và sự vinh quang không thể tả được.

Bằng cách nhìn vào ngôi nhà, người ta có thể nhận ra chủ nó. Nhìn vào hào quang phát ra từ các châu ngọc được trang hoàng cho ngôi nhà, người ta có thể biết được người chủ của nó đã sống đẹp ý Chúa như thế nào khi còn ở trên đất.

Ví dụ, ngôi nhà của người tử đạo trên đất sẽ được trang hoàng và ghi nhận tấm lòng và thành tích mà người đó đạt được cho đến lúc tử đạo. Sự ghi nhận đó được khắc trong một tấm bảng vàng, chiếu sáng rực rỡ. Tấm bản ấy sẽ được ghi rằng, "Người chủ nhà nầy đã tử đạo và đã làm trọn ý chỉ của Đức Chúa Cha vào thứ __ ngày __ tháng __ năm __."

Ngay tại nơi cổng, người ta có thể nhìn thấy ánh sáng chói lói phát ra từ bản vàng, nơi ghi nhận những thành tích của chủ nhân, và những ai nhìn thấy bảng ấy sẽ bày tỏ sự cung kính. Sự tử đạo là một vinh quang lớn và được trọng thưởng, và là niềm vui và tự hào của Đức Chúa Trời.

Vì chẳng có bất kỳ một sự xấu xa nào ở thiên đàng, người ta sẽ tự động tỏ lòng cung kính tùy theo thứ bậc và sự sâu sắc của tình yêu mà người ấy đã dành cho Chúa. Cũng như khi người ta dâng lên một tấm bảng về lòng biết ơn hay một nghi thức xứng đáng để kỷ niệm những thành tích to lớn, mỗi người đều được Đức Chúa Trời ban cho một tấm bảng để tán dương việc dâng vinh hiển cho Ngài. Chúng ta có thể thấy rằng hương thơm và sự sáng có những đặc trưng khác nhau tùy theo mỗi loại bảng.

Hơn nữa, Đức Chúa Trời cũng sắm sẵn cho mỗi nhà một vài thứ để nhìn vào đó người ta có thể hồi tưởng lại cuộc sống của mình khi còn trên đất. Dĩ nhiên, ngay tại thiên đàng chúng ta có thể xem lại những sự đã qua trên đất trên một cái gì đó giống như truyền hình.

Mão Triều Thiên Vàng Hay Mão Triều Thiên Công Chính

Khi vào Giêrusalem Mới, trước tiên chúng ta sẽ được ban cho tư thất và mão triều thiên vàng, và mão triều công chính sẽ được ban cho để làm phần thưởng tùy vào công việc của mỗi người. Đây là vương miện vinh quang xinh đẹp nhất ở thiên đàng.

Chính Đức Chúa Trời sẽ ban mão triều thiên vàng cho những ai được vào Giêrusalem Mới, và chung quanh Ngai của Đức Chúa Trời có hai mươi bốn trưởng lão đầu đội mão triều thiên vàng.

Chung quanh ngôi lại có hai mươi bốn ngôi; trên những ngôi ấy tôi thấy hai mươi bốn trưởng lão ngồi, mặc áo trắng và đầu đội mão triều thiên vàng. (Khải Huyền 4:4).

"Trưởng lão" ở đây không phải chức danh được trao cho trong những hội thánh trên đất nầy, bèn là nói đến những ai ngay thẳng trước mặt Chúa và được Ngài công nhận. Họ là những người nên thánh và hoàn thành được đền thánh trong lòng cũng như hội thánh hữu hình. "Hoàng thành đền thánh trong lòng" nói đến việc trở nên một con người thiêng liêng nhờ việc quăng xa mọi thứ tội lỗi. Hoàng thành hội thánh hữu hình là nói đến việc làm trọn bổn phận trên đất.

Con số "hai mươi bốn" tượng trưng cho hết thảy những ai đã bước vào cổng của sự cứu rỗi bởi đức tin giống như mười hai chi phái Isơraên và được thánh hóa như mười hai môn đệ của Chúa Jêsus. Vậy nên, "hai mươi bốn trưởng lão" là nói đến con cái của Đức Chúa Trời, được Ngài thừa nhận và trung tín trong cả nhà Chúa.

Cho nên, những ai có đức tin không dời đổi như đặc tính của vàng thì sẽ được lãnh mão triều thiên vàng, và những ai khao khát sự hiện đến của Chúa như sứ đồ Phaolô sẽ nhận được mão triều thiên công chính.

> *Ta đánh trận tốt lành, đã xong sự chạy, đã giữ được đức tin. Hiện nay mão triều thiên của sự công bình đã để dành cho ta; Chúa là quan án công bình, sẽ ban mão ấy cho ta trong ngày đó, không những cho ta mà thôi, nhưng cũng cho mọi kẻ yêu mến sự hiện đến của Ngài. (2 Timôthê 4:7-8).*

Những ai trông đợi sự hiện đến của Chúa, sẽ sống trong sự sáng và lẽ thật, và sẽ trở thành những chiếc bình tốt và những tân nương của Chúa. Vậy nên, họ sẽ nhận lãnh những mão triều thiên cách xứng đáng.

Sứ đồ Phaolô bị vùi dập trong bắt bớ hay hoạn nạn, song ông chỉ cố gắng mở rộng vương quốc Đức Chúa Trời và hoàn thành sự công chính trong mọi việc ông làm. Bởi công khó và sự bền đỗ, bất kỳ nơi nào ông đến, ông đều bày tỏ sự vinh quang Đức Chúa Trời cách kỳ diệu. Vậy nên Đức Chúa Trời đã sắm sẵn mão triều thiên công chính cho ông. Và Ngài cũng sẽ ban mão đó cho hết thảy những ai trông mong sự hiện đến của Ngài.

Sẽ Được Ban Cho Mọi Điều lòng Mình Ao Ước

Khi còn ở trên đất nầy, những gì chúng ta suy nghĩ trong đầu, những gì chúng ta từng ưa thích, song chúng ta phải từ bỏ vì Chúa - Đức Chúa Trời sẽ trả lại những thứ ấy cho chúng ta như những phần thưởng xinh đẹp tại Giêrusalem Mới.

Vậy nên, nhà cửa ở Giêrusalem Mới có đủ mọi thứ chúng ta cần, hầu cho chúng ta có thể làm mọi điều mình ưa thích. Một số nhà có ao hồ là thứ dành cho những ai thích bơi thuyền, một số thì có khu rừng dành cho những ai thích dạo bộ. Người ta có thể ưa thích việc trò chuyện với những người thân yêu tại nơi bàn trà ở một góc vườn xinh đẹp. Có những ngôi nhà với những bãi cỏ mịn màng và đẩy những bông hoa xinh đẹp, vì vậy người ta có thể tản bộ hoặc ca hát ngợi khen cùng muôn thú và chim chóc.

Trong phương diện nầy, Đức Chúa Trời đã sắm sẵn ở thiên đàng mọi thứ chúng ta ưa thích khi còn ở trên đất, chẳng hề thiếu bất kỳ một thứ gì. Khi nhìn thấy những thứ mà Đức Chúa Trời đã sắm sẵn cho mình với sự quan tâm hết mực, lòng chúng ta sẽ vô cùng cảm động!

Được vào Giêrusalem Mới thật sự là một nguồn vui sướng. Chúng ta sẽ sống trong niềm vui bất diệt, sự vinh quang và vẻ đẹp đời đời. Chúng ta sẽ tràn ngập niềm hân hoan và phấn chấn khi nhìn xuống đất, nhìn lên bầu trời, hoặc bất kỳ nơi nào.

Người ta sẽ cảm thấy bình yên và thoải mái khi ở trong Giêrusalem Mới vì Đức Chúa Trời đã dựng nên nơi nầy cho con cái rất yêu dấu của Ngài, là nơi tràn ngập tình yêu thương của Đức Chúa Trời.

Dù làm gì – hoặc đi dạo, nghỉ ngơi, vui chơi, ăn uống, hay chuyện trò cùng người khác – chúng ta đều đầy dẫy niềm vui và hạnh phúc. Cây cối, hoa lá, bãi cỏ, ngay cả những con vật, hết thảy đều rất đáng yêu, chúng ta sẽ cảm nhận sự vinh quang cùng sự tráng lệ từ những vách tường của tòa lâu đài, sự trang hoàng, và những tiện nghi trong nhà.

Ở Giêrusalem Mới, tình yêu Đức Chúa Cha như suối nguồn, chúng ta sẽ được chìm ngập trong niềm hạnh phúc đời đời, sự biết ơn, và vui mừng.

Gặp Chúa Mặt Đối Mặt

Giêrusalem Mới là nơi tuyệt đỉnh của sự vinh quang, vẻ đẹp, và vui sướng, chúng ta có thể gặp gỡ Đức Chúa Trời mặt đối mặt và bước đi cùng Chúa, và được sống với những người thân yêu cho đến đời đời.

Chúng ta không những được tôn trọng bởi những thiên sứ và thiên binh, mà mọi người trên thiên đàng cũng tôn trọng chúng ta. Vả lại, những thiên sứ riêng sẽ phục vụ chúng ta giống như một vị vua, đáp ứng mọi nhu cầu của chúng ta cách trọn vẹn. Nếu muốn bay lên bầu trời, xe ô tô riêng bằng mây sẽ bay đến dừng lại ngay tại trước chân mình. Vừa lúc bước chân lên xe đó, chúng ta có thể bay thỏa thích trong không trung, hoặc có thể chạy trên mặt đất.

Nếu vào Giêrusalem Mới, chúng ta có thể gặp Chúa mặt

đối mặt, được ở với những người thân yêu cho đến đời đời, tất cả những gì chúng ta ao ước đều được đáp ứng ngay. Chúng ta có mọi thứ mình muốn, và cũng được đối đãi như những công nương, hoàng tử trong chuyện thần kỳ.

Dự Các Đại Tiệc Tại Giêrusalem Mới

Tại Giêrusalem Mới, luôn có các buổi đại tiệc. Đức Chúa Cha, Đức Chúa Con và Đức Thánh Linh thay nhau tổ chức. Qua các buổi đại tiệc nầy, chúng ta thấy rõ được niềm vui sướng của cuộc sống nơi thiên đàng. Chúng ta cảm nhận được sự dư dật, tự do, vẻ đẹp, và sự vui mừng hiện ra trong các buổi đại tiệc nầy.

Khi dự đại tiệc do Đức Chúa Cha tổ chức, chúng ta sẽ mặc trang phục cùng những trang sức xinh đẹp nhất, ăn uống những thức ăn và đồ uống ngon nhất. Chúng ta cũng được chung vui cùng những bản nhạc say đắm, ngọt ngào, ngợi khen và nhảy múa. Chúng ta có thể nhìn xem những thiên sứ nhảy múa, hay đôi khi chúng ta cũng tự nhảy múa để làm vui Đức Chúa Trời.

Các thiên sứ thật xinh đẹp và hoàn hảo hơn trong các kỹ thuật, song Đức Chúa Trời hài lòng với hương thơm của những con cái Ngài là những kẻ hiểu lòng Ngài và yêu mến Ngài với trọn tấm lòng chúng.

Những người phục vụ Chúa trong lễ thờ phượng khi còn ở trên đất, cũng sẽ phục vụ trong những đại tiệc nầy nhằm tăng thêm hạnh phúc, những ai ngợi khen Chúa với sự ca hát, nhảy múa, hay chơi nhạc cụ, cũng sẽ làm như vậy tại các buổi đại tiệc trên thiên đàng.

Chúng ta sẽ mặc một trang phục mịn màng, mềm mại và có rất nhiều hoa văn, một vương miện kỳ diệu, cùng những đồ trang sức bằng châu ngọc sáng lấp lánh. Ngoài ra, chúng ta sẽ được cưỡi trên xe ô tô mây, hay xe ngựa vàng với những thiên sứ tháp tùng đến tham dự các buổi đại tiệc. Lẽ nào lòng chúng ta không cảm thấy hồi họp, vui mừng và mong đợi khi thiết tưởng đến điều nầy chăng?

Lễ Hội Du Thuyền Trên Biển Thủy Tinh

Một nhánh sông trong vắt như tinh chảy ra từ biển đẹp ở thiên đàng. Nước biển trong xanh, gió nhẹ tạo nên những con sóng hiền lành, chiếu sáng rực rỡ. Nhiều loại cá bơi lội tung tăng trong nước biển trong suốt, khi người ta đến gần, chúng chuyển động những chiếc vây để chào đón và thể hiện tình yêu.

Ngoài ra, những rặng san hô đủ màu sắc cũng tạo thành những nhóm và đu đưa như đang chào đón. Mỗi chuyển động của chúng đều có những luồng sáng phát ra từ những màu sắc xinh đẹp. Thật là một cảnh tượng tuyệt vời! Trong biển có rất nhiều đảo nhỏ trông rất kỳ diệu. Hơn nữa, những du thuyền trông giống như "Titaníc" đi chung quanh và trên các du thuyền đó cũng có đại tiệc nữa.

Những con thuyền nầy được trang bị với đủ thứ tiện nghi kể cả các chỗ ở ấm cúng, sân chơi, hồ bơi, và phòng khiêu vũ hầu cho người ta có thể vui chơi với những gì mình ưa thích.

Hãy thiết tưởng đến những lễ hội trên các du thuyền nầy, cùng với Chúa, chúng ta và những người thân yêu vui hưởng một niềm vui kỳ thú trên những con thuyền trang trọng xinh đẹp tuyệt vời hơn bất kỳ một du thuyền sang trọng nào trên thế gian nầy.

Ai Sẽ Được Vào Giêrusalem Mới?

Những ai có đức tin như vàng, những người trông mong sự hiện đến của Chúa, và là những người tự sửa oạn mình như những tân nương của Chúa sẽ được vào Giêrusalem Mới. Vậy, chúng ta phải là người như thế nào để vào được Giêrusalem Mới, là nơi xinh đẹp và trong sáng như châu ngọc, tràn ngập tình yêu của Đức Chúa Trời.

Những Người Có Đức Tin Đẹp Lòng Chúa

Giêrusalem Mới là nơi dành cho những người có tầm thước đức tin thứ năm – là những ai không những được nên thánh mà còn trung tín trong cả nhà Chúa.

Đức tin đẹp lòng Chúa là loại đức tin khiến Ngài sẽ làm thành những điều họ ao ước trước khi cầu xin.

Vậy, chúng ta có thể làm Chúa hài lòng bằng cách nào? Chúng ta hãy xem một ví dụ. Có một người cha đi làm về, bảo cùng hai con trai mình rằng ông đang khát nước. Đứa thứ nhất biết rằng cha mình thích nước ngọt nên đã mang đến cho cha thức uống mà người ưa thích. Ngoài ra, người con trai ấy còn xoa bóp làm cho cha cảm cho cảm thấy dễ chịu, mặc dù đây là điều người cha chẳng yêu cầu.

Còn đứa kia chỉ mang đến cho cha mình một ly nước lạnh rồi trở lại phòng của nó. Vậy, đứa con nào đã làm cho người cha hài lòng hơn, và hiểu được ý muốn của cha chúng hơn?

Thay vì chỉ đơn giản làm theo lời cha nói, mang đến cho người một ly nước lạnh, ắt hẳn ông đã hài lòng hơn với người con đã mang đến cho ông thức uống mà mình ưa thích và còn thêm xoa bóp nữa là thứ ông không yêu cầu.

Đồng thể ấy, sự khác nhau giữa những người được vào Thiên

Đàng Thứ Ba và Giêrusalem Mới là ở chỗ họ đã làm hài lòng Chúa được bao nhiêu và mức độ trung tín làm theo ý chỉ của Đức Chúa Cha.

Những Người Thánh Khiết Trọn Vẹn Có Đồng Tâm Tình Với Chúa

Những người có đức tin đẹp lòng Chúa là những người chỉ có lẽ thật trong lòng, và là những người trung tín trong cả nhà Chúa. Trung tín trong cả nhà Chúa là việc thực hiện nhiều hơn những gì thuộc bổn phận của mình với đức tin của Đấng Christ, là Đấng đã vâng phục ý muốn của Đức Chúa Trời cho đến chết, chẳng lo đến mạng sống của chính mình.

Những người trung tín trong cả nhà Chúa không phải làm công việc theo ý riêng, mà là với tấm lòng của Chúa, một tấm lòng thiêng liêng. Phaolô có nói về tấm lòng của Chúa Jêsus trong Philíp 2:6-8 như sau:

Ngài vốn có hình Đức Chúa Trời, song chẳng coi sự bình đẳng mình với Đức Chúa Trời là sự nên nắm giữ; chính Ngài đã tự bỏ mình đi, lấy hình tôi tớ và trở nên giống loài người; Ngài đã hiện ra như một người, tự hạ mình xuống, vâng phục cho đến chết, thậm chí chết trên cây thập tự.

Đến kỳ, Đức Chúa Trời đã nhắc Ngài lên, ban cho Ngài danh trên hết mọi danh, đặt Ngài bên hữu Ngai vinh hiển của Đức Chúa Trời, trao cho Ngài thẩm quyền "Vua trên muôn vua" và "Chúa trên muôn chúa."

Theo gương Chúa Jêsus, chúng ta phải vâng phục ý muốn của Đức Chúa Trời cách vô điều kiện hầu cho có đức tin để được vào Giêrusalem Mới. Như vậy người có thể vào Giêrusalem Mới là người có thể hiểu được ngay cả chiều sâu trong tấm lòng của Chúa. Đây là hạng người khiến Đức Chúa Trời hài lòng vì họ giữ lòng trung tín cho đến chết để làm theo ý muốn của Ngài.

Đức Chúa Trời tôi luyện con cái của Ngài để khiến chúng có đức tin như vàng hầu cho có thể vào được Giêrusalem Mới. Như người thợ mỏ sàng lọc rất lâu để tìm kiếm vàng, Đức Chúa Trời luôn đoái xem đến con cái Ngài khiến họ biến đổi thành những linh hồn xinh đẹp và gột rửa tội ô chúng bằng chính lời của Ngài. Hễ khi nào Ngài nhìn thấy con cái Ngài có đức tin như vàng, thì Ngài vui mừng vượt qua hết những nỗi đau buồn mà Ngài đã chịu để hoàn thành mục đích của công cuộc trưởng dưỡng nhân loại.

Những người vào được Giêrusalem Mới là những con cái thật mà Đức Chúa Trời có được qua một thời gian chờ đợi lâu dài cho đến khi chúng thay đổi để có tấm lòng giống Chúa và trở nên thánh khiết trọn vẹn. Ngài xem chúng như của rất quý báu và yêu mến chúng hết mực. Bởi đó Ngài khuyên giục chúng ta rằng, *"Nguyền xin chính Đức Chúa Trời bình an khiến anh em nên thánh trọn ven, và nguyền xin tâm thần, linh hồn, và thân thể của anh em đều được giữ trọn vẹn, không chỗ trách được khi Đức Chúa Jêsus Christ chúng ta đến."* (1 Têsalônica 5:23).

Những Người Làm Trọn Bổn Phận Của Kẻ Tử Đạo Với Sự Vui Mừng

Tử đạo là hy sinh mạng sống mình. Điều nầy đòi hỏi một sự kiên định và một tấm lòng mộ đạo lớn. Sự vinh quang và niềm yên ủi mà người một người đã tử đạo để trọn ý muốn của Đức Chúa Trời theo cách của Chúa Jêsus sẽ nhận được là vượt quá sức suy tưởng.

Dĩ nhiên là hết thảy những người được vào Thiên Đàng Thứ Ba hoặc Giêrusalem Mới đều có đức tin của người tử đạo, song người thật sự tử đạo sẽ nhận được vinh quang lớn lao hơn. Nếu chúng không ở vào hoàn cảnh để trở nên người tử đạo, chúng ta phải có tấm lòng của người tử đạo, nên thánh trọn vẹn, hoàn thành mọi bổn phận để nhận lãnh phần thưởng của kẻ tử đạo.

Đức Chúa Trời có lần bày tỏ cho tôi về vinh quang mà một giáo sĩ trong hội thánh tôi sẽ nhận được ở Giêrusalem Mới một khi người ấy hoàn thành bổn phận tử đạo của mình.

Đến thiên đàng sau khi làm xong bổn phận mình, người ấy nhìn vào ngôi nhà mà Đức Chúa Trời đã sắm sẵn cho mình, anh ta không thể nào cầm được nước mắt từ tấm lòng đầy tạ ơn về tình yêu của Ngài. Tại cổng nhà mình, có một khu vườn rộng lớn với đủ các loại hoa, cây cối và những đồ trang trí khác. Từ khu vườn dẫn đến tòa nhà chính là con đường bằng vàng ròng, cùng những bông hoa tán dương những thành tích của chủ nhân chúng và yên ủi người bằng những hương thơm ngọt ngào.

Ngoài ra, trong vườn còn có những con chim lông vàng rực rỡ, những cây cối xinh đẹp. Vô số thiên sứ, muôn thú, và chim chóc cũng tán dương thành tích của người tử đạo và chào đón người, khi bước đi trên đường hoa, tình yêu của người đối với Chúa trở thành hương thơm ngọt ngào. Người ấy sẽ luôn bày tỏ sự biết ơn tự đáy lòng mình.

"Chúa đã yêu thương tôi hết lòng Ngài đã trao cho tôi một sứ mạng quý giá! Nhờ đó tôi có thể được ở trong tình yêu thương của Đức Chúa Cha!"

Bên trong ngôi nhà, các vách tường được trang trí bằng những châu ngọc quý giá, ánh sáng của hồng mã não đỏ như màu huyết cùng ánh sáng của ngọc bích tỏa ra rất lạ thường. Ánh sáng hồng mã não chứng tỏ ông đã hy sinh trọn vẹn với tình yêu và lòng nhiệt thành, theo gương của sứ đồ Phaolô. Ánh sáng ngọc bích tượng trưng cho tấm lòng ngay thẳng, không dời đổi của ông và sự chánh trực để làm theo lẽ thật cho đến chết. Ấy là ký ức của một người tử đạo.

Mặt ngoài của những bức tường có lời đề tặng do chính Đức Chúa Trời viết. Lời đó ghi lại ngày tháng mà người chủ nhà chịu thử thách, và trở thành người tử đạo như thế nào, và người ấy đã làm trọn ý muốn của Chúa trong hoàn cảnh nào. Khi những người có đức tin tử đạo, họ sẽ ca ngợi Đức Chúa Trời hoặc đôi khi dâng lên lời tôn vinh Ngài. Những điều đáng nhớ nầy cũng được ghi lại trên tường. Lời đề tặng ấy tỏa sáng rực rỡ đến mức khiến chúng ta có ấn tượng mạnh mẽ và tràn ngập niềm vui khi nhìn vào những hào quang tỏa sáng của nó. Thật ấn tượng biết bao vì chính Đức Chúa Trời, là nguyên ủy sự sáng, đã ghi lại những điều đó! Do đó, hễ ai đến viếng thăm nhà ông đều tỏ lòng cung kính trước lời đề tặng, những dòng chữ do chính Đức Chúa Trời đã viết!

Mặt trong những bức tường của phòng khách, có tấm màn lớn với đủ loại bích họa. Những bích họa đó nói về việc làm của ông từ khi mới gặp Chúa – ông đã yêu mến Chúa như thế nào, và những việc ông đã làm vào những thời điểm nhất định.

Ngoài ra, ở một góc vườn có rất nhiều loại dụng cụ thể thao được làm từ những chất liệu tuyệt vời và được trang trí rất đẹp. Đức Chúa Trời ban những thứ ấy để yên ủi ông vì ông rất thích thể thao, nhưng vì chức vụ của mình, ông đã từ bỏ chúng. Ở đây những quả tạ không phải được làm bằng thép như ở thế gian, nhưng được làm bằng chất liệu đặc biệt ở thiên đàng. Chúng trông giống như đá quý tỏa sáng rất đẹp mắt. Trọng lượng của chúng thay đổi cách kỳ diệu tùy theo người sử dụng chúng. Những dụng cụ nầy không phải được sử dụng để rèn luyện sức khỏe, nhưng là những kỷ vật làm nguồn yên ủi.

Khi nhìn vào mọi thứ mà Đức Chúa Trời đã sắm sẵn cho mình, người ấy sẽ cảm thấy như thế nào? Vì Chúa ông đã từ bỏ những gì lòng mình ao ước, song bây giờ lòng ông đã được yên ủi, ông vô cùng cảm tạ tình yêu mà Đức Chúa Cha đã dành cho mình.

Ông không sao cầm được nước mắt vui mừng, tạ ơn và ngợi khen Đức Chúa Trời về sự tinh tế và tấm lòng chu đáo của Ngài với mọi thứ sắm sẵn mà Ngài đã dành cho ông đến nỗi chẳng thiếu một thứ gì mà lòng ông từng ao ước, dù là điều nhỏ nhất.

Người Ta Hoàn Toàn Hiệp Một Với Chúa Và Đức Chúa Trời

Ở Giêrusalem Mới, Đức Chúa Trời chỉ cho tôi thấy một ngôi nhà lớn như một cái thành. Trông kinh ngạc đến nỗi khiến tôi không khỏi ngạc nhiên trước tầm thước, vẻ đẹp, và sự tráng lệ của nó.

Ngôi nhà ấy vô cùng to lớn, có mười hai cổng – mỗi hướng bắc, nam, đông, tây đều có ba cổng. Ở giữa là một tòa lâu đài lớn có ba tầng, được trang trí bằng vàng ròng và đủ mọi thứ đá quý.

Ở tầng thứ nhất, có một đại sảnh mà ở trong đó chúng ta không thể nhìn thấy được người đứng ở phía cuối, và có rất nhiều phòng khách. Chúng được dùng cho những buổi đại tiệc và nơi nhóm họp. Ở tầng thứ hai, có rất nhiều phòng để lưu giữ và trưng bày các vương miện, trang phục, và những kỷ vật, cũng có nhiều nơi để tiếp đón các tiên tri nữa. Tầng thứ ba được dành riêng cho việc tiếp đón Chúa và chia sẻ tình cảm với Ngài.

Chung quanh tòa lâu đài là những tường thành được phủ đầy hoa tỏa hương ngọt ngào. Sông Nước Hằng Sống êm ả chảy quanh thành, bên trên sông là những chiếc cầu bằng mây, hình vòng cung với các màu sắc của cầu vồng.

Trong vườn có rất nhiều loài hoa, cây cối, và bãi cỏ làm nên một cảnh đẹp hoàn hảo. Phía bên kia dòng sông là một khu rừng rộng lớn quá sức suy tưởng.

Cũng có khu vui chơi ngoài trời với rất nhiều đường đi, như đường đi của tàu hỏa trong suốt như thủy tinh, đội kỵ binh được làm bằng vàng, và những thứ khác được trang trí bằng châu ngọc. Mỗi khi được đưa vào hoạt động chúng phát ra những ánh sáng rất hấp dẫn. Bên cạnh khu vui chơi ngoài trời là một con đường hoa rộng lớn, phía trên đường hoa ấy là một cánh đồng, nơi đây muôn thú chơi đùa và nghỉ ngơi yên bình trông giống những đồng bằng nhiệt đới trên đất.

Ngoài mhững thứ nầy, có nhiều nhà cửa và công trình xây dựng được trang trí bằng nhiều loại châu ngọc tỏa ra khắp vùng chung quanh khiến chúng càng thêm xinh đẹp và huyền bí hơn. Kế bên khu vườn, còn có một thác nước, phía sau ngọn đồi là biển, trong đó có một con tàu lớn giống như "Titanic" bơi chung quanh. Hết thảy là một phần của ngôi nhà, hầu cho chúng ta có thể hình dung được phần nào về tầm rộng lớn của nó.

Đây là một ngôi nhà trông như một thành lớn, là một khu du lịch ở thiên đàng, có sức thu hút không chỉ nhiều người ở Giêrusalem Mới mà còn từ khắp nơi trên thiên đàng. Người ta tận hưởng thú vui và chia sẻ tình yêu của Đức Chúa Trời. Cũng có vô vàn thiên sứ đến phục vụ chủ chúng, trông nom nhà cửa và các thứ tiện nghi, hộ tống theo xe ô tô mây, và ca ngợi Đức Chúa Trời bằng các điệu trình diễn nhạc cụ. Mọi thứ được sắm sẵn cho niềm yên ủi và hạnh phúc bất tận.

Đức Chúa Trời chuẩn bị sẵn ngôi nhà nầy dành cho ai yêu mến Ngài hơn hết mọi sự, sẵn sàng vượt qua mọi gian nan thử thử thách bởi đức tin, hy vọng, và tình yêu thương, và cũng đưa nhiều người đến với con đường cứu rỗi bằng lời sự sống và quyền năng Đức Chúa Trời.

Đức Chúa Trời của tình yêu thương ghi nhớ hết thảy những nỗ lực và nước mắt của chúng ta và báo đáp tùy theo công việc chúng ta đã làm. Ngài muốn mọi người hiệp một trong Ngài và cùng Chúa với tình yêu thương hy sinh mạng sống, trở nên những người làm công cho Ngài để đưa nhiều người đến với con đường cứu rỗi.

Những ai có đức tin đẹp ý Đức Chúa Trời thì có thể hiệp một trong ngài và Chúa qua tình yêu thương tận hiến trọn đời của họ vì họ không những có đồng tâm tình với Chúa và thánh khiết trọn vẹn, mà còn hy sinh mạng sống mình và trở thành những người tử đạo. Đây là những người thật lòng yêu mến Đức Chúa Trời và yêu mến Chúa. Giá như không có thiên đàng, họ cũng chẳng hề hối tiếc hay cảm thấy mất mác về những gì mình đã đảm nhận trên đất nầy. Họ chỉ cảm thấy vui mừng và hạnh phúc trong lòng để làm theo lời Đức Chúa Trời và trở thành người làm công cho Chúa.

Những người có đức tin thật sẽ sống trong hy vọng về những phần thưởng mà Chúa sẽ ban cho ở thiên đàng như có chép trong Hêbơrơ 11:6 rằng,

Vả, không có đức tin, thì chẳng hề có thể nào ở cho đẹp ý Ngài; vì kẻ đến gần Đức Chúa Trời phải tin rằng có Đức Chúa Trời, và Ngài là Đấng hay thưởng cho kẻ tìm kiếm Ngài.

Dầu vậy, đối với họ việc có có phần thưởng ở thiên đàng hay không chẳng thành vấn đề bởi vì có một điều còn quý giá hơn nhiều. Được gặp Đức Chúa Cha và Chúa, là Đấng họ hết lòng yêu thương, sẽ là điều vui sướng hơn hết. Thế thì việc không thể gặp được Đức Chúa Cha và Chúa sẽ là bất hạnh và đáng buồn hơn việc không được nhận phần thưởng ở thiên đàng.

Những kẻ bày tỏ tình yêu không dời đổi đối với Đức Chúa Trời và đối với Chúa bởi việc phó cuộc sống mình cho dù chẳng có cuộc sống vui sướng nơi thiên đàng, họ vẫn hiệp một với Đức Chúa Cha và Chúa là tân lang của họ qua tình yêu phó dâng mạng sống mình. Vinh quang và phần thưởng mà Đức Chúa Trời đã dự sẵn cho họ sẽ cao quý biết bao!

Sứ đồ Phaolô, người đã mong đợi sự hiện đến của Chúa và đã tận hiến trong công việc của Ngài, đưa nhiều người đến với con đường cứu rỗi, đã xưng nhận như sau:

Vì tôi chắc rằng bất kỳ sự chết, sự sống, các thiên sứ, các kẻ cầm quyền, việc bây giờ, việc hầu đến, quyền phép, bề cao, hay bề sâu, hoặc một vật nào, chẳng có thể phân rẽ chúng ta khỏi sự yêu thương mà Đức Chúa Trời đã chứng cho chúng ta trong Đức Chúa Jêsus Christ là Chúa chúng ta. (Rôma 8:38-39).

Giêrusalem Mới là nơi dành cho con cái Đức Chúa Trời, là những kẻ hiệp một với Đức Chúa Cha bởi tình yêu không dời đổi của Ngài. Giêrusalem Mới là nơi xinh đẹp và trong sáng như pha lê, nơi mà sự phước hạnh và vui mừng sẽ tràn đầy một cách không thể suy tưởng được, Đức Chúa Trời sắm sẵn mọi thứ như vậy.

Đức Chúa Trời của tình yêu thương muốn hết thảy mọi người không những chỉ được cứu mà còn được nên thánh trọn vẹn như chính Ngài hầu cho họ có thể vào được Giêrusalem Mới.

Vì vậy, trong danh Chúa tôi cầu nguyện hầu cho chúng ta

nhận biết rằng Chúa là Đấng đã về trời để sắm sửa chỗ ở cho chúng ta, sẽ sớm trở lại. Chúng ta hãy nên thánh trọn vẹn và giữ gìn thân thể mình sao cho không chỗ chê trách, để chúng ta sẽ trở thành tân nương xinh đẹp là kẻ có thể nói rằng, "Lạy Chúa Jêsus, xin hãy sớm đến."

TÁC GIẢ
Tiến sĩ Jaerock Lee

Tiến Sĩ Jaerock Lee sinh trưởng tại Muan, tỉnh phận Jeonnam, Cộng Hòa Nhân Dân Triều Tiên, năm 1943. Những năm tháng của tuổi hai mươi, Mục sư Lee đã phải trải qua rất nhiều căn bệnh nan y, trong bảy năm trường đầy tuyệt vọng, vô phương cứu chữa, ông chỉ còn biết chờ chết. Một ngày kia, vào mùa xuân 1974, được chị gái đưa đến nhà thờ, khi quỳ xuống cầu nguyện, Đức Chúa Trời hằng sống đã chữa lành mọi bệnh tật ông ngay tức khắc.

Qua kinh nghiệm kỳ diệu đó, Mục sư Lee đã gặp được Đức Chúa Trời hằng sống, ông đã dâng trọn tấm lòng thành kính lên Ngài, năm 1978, ông được kêu gọi bước vào con đường hầu việc Đức Chúa Trời. Ông hết lòng cầu nguyện để hiểu rõ ý muốn Ngài và hoàn thành sứ mạng một cách tốt nhất, ông vâng phục tất cả các mạng lệnh. Năm 1982, ông sáng lập Hội Thánh Manmin Joong-ang tại Seoul, Hàn Quốc, tại đây nhiều công việc của Chúa kể cả những phép lạ chữa lành, những dấu lạ đã và đang xảy ra đến mức không kể xiết.

Năm 1986, Mục sư Lee được thụ phong tại Hội Thánh Annual Assembly Jesus Sungkyul Hàn Quốc, bốn năm sau, 1990, những bài giảng luận của ông bắt đầu được phát sóng bởi Tập Đoàn Phát Thanh Viễn Đông, Đài Phát Thanh Á Châu, và Hệ thống Truyền thanh Cơ Đốc Nhân Washington, Úc, Nga, Philipines, và nhiều quốc gia khác.

Ba năm sau, 1993, Hội Thánh Manmin Joong-ang được tạp chí Cơ Đốc Nhân Thế Giới tuyển chọn, xếp vào "50 Hội Thánh Hàng Đầu Thế Giới" và ông nhận học vị Tiến Sĩ Danh Dự Thần Học của Trường Đại Học Niềm Tin Cơ Đốc Nhân, Florida, USA, năm 1996, nhận học vị Tiến sĩ Mục Vụ tại Trường Thần Học Kingsway, Iowa, USA.

Kể từ năm 1993, Mục sư Lee đã bước vào sứ mạng truyền giáo Toàn cầu qua nhiều chiến dịch hải ngoại tại Hoa Kỳ, Tanzania, Argentina, L.A., Baltimore City, Hawaii, and New York City of the USA Uganda, Japan, Pakistan, Kenya, Philipines, Honduras, India, Russia, Germany, Peru, Cộng Hòa Dân Nhân Dân Công Gô, và Y-sơ-ra-ên. Năm 2002, ông được tờ báo chuyên đề Cơ Đốc Nhân Hàn Quốc gọi là "Mục sư toàn cầu" có liên quan đến nhiều Chiến Dịch Liên Minh Kỳ Diệu tại hải ngoại.

Đến tháng 4 2012, Hội Thánh Trung Tâm Manmin là một giáo hội có hơn 120.000 tín đồ. Có 10.000 chi nhánh trong và ngoài nước, và có hơn 129 giáo sĩ được ủy thác đến 23 quốc gia, bao gồm Hoa Kỳ, Nga, Đức, Canada, Nhật, Trung Quốc, Pháp, Ấn Độ, Kenya, và nhiều nơi khác.

Cho đến ngày xuất bản sách nầy, Tiến Sĩ Lee đã viết được 64 cuốn sách, trong đó có những cuốn rất được ưa chuộng như *Ném Thử Cuộc Sống Đời Đời Trước Khi Chết, Đời Tôi và Niềm Tin I & II, Sứ Điệp Thập Tự Giá, Tầm Thước Đức Tin, Thiên Đàng I & II, Địa Ngục và Quyền Năng Đức Chúa Trời.* Những tác phẩm của ông đã được phiên dịch trên 73 ngôn ngữ khác nhau.

Các mục báo Cơ Đốc của ông xuất hiện trên *The Hankook Ilbo, The JoongAng Daily, The Dong-A Ilbo, The Munhwa Ilbo, The Seoul Shinmun, The Kyunghyang Shinmun, The Hankyoreh Shinmun, The Korea Economic Daily, The Korea Herald, The Shisa News,* và *The Christian Press.*

Tiến Sĩ Lee hiện nay là lãnh đạo của nhiều tổ chức truyền giáo và hiệp hội, bao gồm: Chủ Tọa Liên Hiệp Hội Thánh Phúc Âm Đấng Christ; Chủ Tịch Sứ Mạng Toàn Cầu Manmin; Nhà Sáng Lập & Ban Chủ Tọa Mạng Lưới Cơ Đốc Nhân Toàn Cầu (GCN); Mạng Lưới Bác Sĩ Cơ Đốc Nhân Toàn Cầu (WCDN); và Trường Thần Học Quốc Tế Manmin (MIS).

Thiên Đàng II

Sự mời gọi đến với Giê-ru-sa-lem Mới, nơi có mười hai cổng làm bằng mười hai hột ngọc trai, giữa thiên đàng rộng lớn chiếu rực rỡ như châu ngọc quý báu.

Sứ Điệp Thập Tự Giá

Một sứ điệp thức tỉnh đầy quyền năng dành cho những ai đang trong tình trạng ngủ mê thuộc linh! Qua sách nầy chúng ta sẽ nhận biết được lý do tại sao Giê-su là Cứu Chúa duy nhất và tình yêu chân thật của Đức Chúa Trời.

Địa Ngục

Một sứ sứ điệp tha thiết nhất gởi đến toàn nhân loại từ Đức Chúa Trời, Đấng không muốn một linh hồn nào vực sâu địa ngục! chúng ta sẽ khám phá một điều chưa từng được biết về thực tế thảm khốc của Hạ Tầng Âm Phủ và địa ngục.

Ném Thử Cuộc Sống Đời Đời Trước Khi Chết

Ký thuật của Tiến Sĩ Jaerock Lee, một con người được tái sanh, được cứu ra khỏi trũng bóng chết và đang có một cuộc sống Cơ Đốc Nhân mẫu mực.

Tầm Thước Đức Tin

Nơi ở và vương miện nào trên thiên đàng đang chờ chúng ta? Sách nẩy cung cấp cho chúng ta sự khôn ngoan và hướng dẫn chúng ta phương cách để có thể biết được lượng đức tin của mình và trưởng dưỡng lượng đức tin ấy một cách tốt nhất và trưởng thành nhất.

Thức Tỉnh Y-sơ-ra-ên

Tại sao Đức Chúa Trời luôn đoái xem đến I-sơ-ra-ên từ buổi sáng thế cho đến ngày nay? Ơn phước nào đã được sắm sẵn cho Y-sơ-ra-ên, kẻ đang chờ đợi Đấng Mê-si-a, trong những ngày sau cuối?

Đời Tôi và Niềm Tin I & II

Một mùi hương thiêng liêng tuyệt vời nhất qua đời sống của ông được chiết xuất từ tình yêu của Đức Chúa Trời được trổ hoa trong giữa đợt sóng đen tối, ách lạnh lùng và những thất vọng khó lường nhất.

Quyền Năng Đức Chúa Trời

Một cuốn sách nhất thiết phải đọc, nó như một sự hướng dẫn cần thiết để qua đó người ta có thể có được đức tin thật và kinh nghiệm về quyền năng kỳ diệu của Đức Chúa Trời.

www.ingramcontent.com/pod-product-compliance
Lightning Source LLC
Chambersburg PA
CBHW020111310726
48970CB00002B/587